Nhà hàng chay kiểu Thái: 100 công thức nấu ăn ngon và đích thực

AF862472

Khám phá những món ăn chay ngon nhất của Thái Lan với Sách dạy nấu ăn của chúng tôi

Oanh Quế

từ chối trách nhiệm

Thông tin trong cuốn sách này nhằm mục đích phục vụ như một bộ sưu tập toàn diện các chiến lược mà tác giả của cuốn sách này đã thực hiện nghiên cứu. Tóm tắt, chiến lược, mẹo và thủ thuật chỉ được tác giả đề xuất và việc đọc Cuốn sách này sẽ không đảm bảo rằng kết quả của một người sẽ phản ánh chính xác kết quả của tác giả. Tác giả của cuốn sách đã thực hiện tất cả các nỗ lực hợp lý để cung cấp thông tin hiện tại và chính xác cho độc giả của cuốn sách. Tác giả và các cộng sự của nó sẽ không chịu trách nhiệm pháp lý cho bất kỳ lỗi hoặc thiếu sót không chủ ý nào có thể được tìm thấy. Tài liệu trong Sách có thể bao gồm thông tin từ bên thứ ba. Tài liệu của bên thứ ba bao gồm các ý kiến được thể hiện bởi chủ sở hữu của họ. Do đó, tác giả của Cuốn sách không chịu trách nhiệm hoặc trách nhiệm pháp lý đối với bất kỳ tài liệu hoặc ý kiến của bên thứ ba nào. Cho dù là do sự phát triển của internet hay do những thay đổi không lường trước được trong chính sách của công ty và nguyên tắc gửi biên tập, những gì được coi là sự thật tại thời điểm viết bài này có thể trở nên lỗi thời hoặc không thể áp dụng được sau này.

MỤC LỤC

NỒI THÁI LAN 152

NƯỚC SÚC, CHẤM VÀ MẮM 187

KẾT LUẬN 200

GIỚI THIỆU

Rau củ là một thành phần quan trọng của ẩm thực Thái Lan, và nhiều món ăn ngon của Thái Lan có chúng làm nguyên liệu chính. Ẩm thực Thái Lan cân bằng và bổ dưỡng nhờ các loại rau.

- Ẩm thực Thái Lan nổi tiếng với hương vị đậm đà, thơm mùi thảo mộc và cay nồng. Và với "Nhà bếp món Thái chay", bạn sẽ khám phá cách tạo ra những món ăn Thái ngon và chính thống mà không cần thịt.
- Với 100 công thức nấu ăn phù hợp với người ăn chay, bạn sẽ có thể khám phá những truyền thống ẩm thực tuyệt vời nhất của Thái Lan, từ món cà ri cổ điển đến món salad và món xào thơm ngon.
- Cho dù bạn là người ăn chay lâu năm hay chỉ muốn thêm nhiều bữa ăn có nguồn gốc thực vật vào chế độ ăn uống của mình, cuốn sách dạy nấu ăn này rất phù hợp cho bất kỳ ai yêu thích hương vị ẩm thực Thái Lan.
- Với hướng dẫn từng bước và các mẹo hữu ích để tạo ra món ăn Thái hoàn hảo, bạn sẽ có thể gây ấn tượng với bạn bè và gia đình bằng kỹ năng nấu nướng mới học được của mình.

Với 100 công thức nấu ăn đầy hương vị và đích thực, "Nhà bếp món chay Thái Lan" là cuốn sách dạy nấu ăn hoàn hảo cho bất kỳ ai muốn khám phá hương vị đậm đà và thú vị của ẩm thực Thái Lan mà không cần bất kỳ loại thịt nào. Vì vậy, hãy bắt tay vào nấu ăn và trải nghiệm những món ăn chay đặc sắc nhất của Thái Lan nhé!

BỮA SÁNG THÁI

BỮA SÁNG THÁI

1. Cháo gạo

Làm cho: 1

THÀNH PHẦN:

- Cơm: 2 chén
- Nước dùng gà thuần chay hoặc nước dùng rau thông thường: 3-4 lít

TRÊN:

- Đậu hũ chiên sốt xì dầu
- Nấm cắt lát với nước tương và tỏi, chiên
- Hành lá, thái lát
- Gừng tươi, cắt thành que diêm
- Rau lá xanh
- Củ cà rốt

HƯỚNG DẪN:

a) Đun sôi 3 lít nước dùng trong chảo – đặt thẳng đứng trong chảo nếu dùng viên/bột nước dùng.

b) Vo gạo lài thật kỹ cho đến khi nước trong qua rây.

c) Cho gạo vào và đun nhỏ lửa.

d) Đậy nắp, nấu trong khoảng 90 phút.
e) Tắt bếp khi gạo bắt đầu nhừ và sánh như cháo.
f) Phục vụ với một loạt các toppings ngon trong một món ăn.

2. Trứng ốp la kiểu Thái

Làm cho: 1

THÀNH PHẦN:

- Dầu oliu: 1 muỗng cà phê
- Trứng gà: 2 quả
- Hành lá: 1 củ, thái mỏng
- Nước tương: ½ muỗng cà phê
- Muối và tiêu

PHỤC VỤ:

- nước sốt Sriracha
- Rau mùi

HƯỚNG DẪN:

a) Trong chảo, đun nóng dầu.

b) Kết hợp trứng, hành lá, nước tương, muối và hạt tiêu trong một bát trộn.

c) Đổ nội dung vào chảo nóng. Nấu trong 1-2 phút hoặc cho đến khi có màu nâu nhạt, sau đó lật mặt và nấu thêm 1-2 phút nữa.

d) Rưới nước sốt sriracha rau mùi lên trên và dùng ngay.

3. bánh rán Thái Lan

Làm cho: 10

THÀNH PHẦN:

- Bột mì đa dụng: 3 chén
- Nước: 1 cốc
- Bột nở: 1 muỗng cà phê
- Bột nở: ¼ muỗng cà phê
- Đường: 1 muỗng cà phê
- Dầu thực vật: 1 muỗng canh

HƯỚNG DẪN:

a) Kết hợp baking soda, bột nở, muối và đường trong một bát trộn. Thêm nước và khuấy kỹ. Khuấy bột mì đa dụng bằng nĩa trong vài giây.

b) Trộn trong dầu thực vật cho đến khi nó được trộn đều. Đậy nắp và để ở nhiệt độ phòng trong 4 giờ.

c) Trong một cái chảo sâu lòng, đun nóng dầu. Sử dụng bột, bụi bề mặt làm việc. Tạo thành một xúc xích ra khỏi bột. Cắt thành miếng

1 inch, cuộn thành quả bóng, sau đó cuộn thành hình tròn mỏng hoặc cắt thành miếng 2 inch để tạo kiểu khác.

d) Để tạo hình chữ X, nhúng một ít nước vào giữa mỗi mảnh và dán một mảnh khác vào đó.

e) Cẩn thận thả 2 chiếc bánh rán vào dầu nóng và chiên cho đến khi vàng.

4. bánh kếp dừa Thái Lan

Làm cho: 20

THÀNH PHẦN:

- Nước cốt dừa: 1 cốc
- Bột nếp: ½ chén
- Bột gạo thường: ½ chén
- Đường: 1-2 thìa
- Muối: để hương vị
- Dầu cần thiết
- Hành lá
- dừa nạo

HƯỚNG DẪN:

a) Kết hợp muối, đường và nước cốt dừa trong một bát trộn lớn.
b) Trộn đều bột gạo.
c) Bột nên hơi mỏng.

d) Bây giờ làm nóng chảo và đổ dầu vào từng lỗ.
e) Nấu trong vài giây sau khi đổ bột vào. Phủ một lớp hành lá và dừa. Nấu thêm một phút nữa.
f) Phục vụ và thưởng thức.

5. Trứng tráng rau Thái

Làm cho: 1

THÀNH PHẦN:

ÁO THÁI:

- Nước cốt chanh: ½
- Nước mắm: ½ muỗng canh
- Đường nâu: ½ muỗng canh
- Ớt bằm nhỏ: 1 quả
- Tương ớt ngọt: 1 ½ muỗng canh
- Giấm gạo: ½ muỗng canh
- Dầu lạc/dầu oliu: 1 muỗng cà phê
- Nước: 1 muỗng canh
- Trộn tất cả lại với nhau cho đến khi kết hợp.

trứng tráng:

- Dầu ô liu
- Tỏi
- Rau còn sót lại của sự lựa chọn
- 1 chén muối: để nếm
- Trứng gà: 2 quả

- Nước: 2 muỗng canh
- Bột nghệ: một nhúm

HƯỚNG DẪN:

a) Xào tỏi, Nấm, Măng tây, Bông cải xanh, Đậu tuyết, Bok Choy và Giá đỗ trong chảo gang với một ít dầu.

b) Tiếp tục nấu rau cho đến khi mềm nhưng vẫn giòn, nêm muối và hạt tiêu.

c) Lấy ra khỏi bếp và đặt sang một bên.

d) Kết hợp trứng, nước, muối và bột nghệ trong một bát trộn vừa.

e) Trong chảo gang, thêm một ít dầu và đun nóng. Sau đó thêm trứng bị đánh đập. Nấu, thỉnh thoảng khuấy, cho đến khi trứng bắt đầu đông lại.

f) Trong khi món trứng tráng tiếp tục nấu trong chảo nóng, hãy lấy nó ra khỏi bếp, phủ các loại rau đã nấu chín lên trên và xếp món trứng tráng lên trên.

g) Rưới nước sốt Thái lên món salad và dọn phần nước sốt còn lại sang một bên.

6. Chè Thái yến mạch qua đêm

Làm cho: 4-5

THÀNH PHẦN:

- Túi trà đen: 4
- 3 chén nước
- Thảo quả: ½ muỗng cà phê
- Vỏ hồi: 2
- Nghệ: ½ muỗng cà phê
- Đường dừa: ¼ chén
- Nước cốt dừa béo hoặc kem cà phê: 1 cốc
- Chiết xuất vani: ½ muỗng cà phê
- Nước cốt chanh: ½ quả chanh
- Yến mạch nấu nhanh hoặc cán: 3 chén
- Hạt chia: ¼ chén

HƯỚNG DẪN:

a) Trong một bát trộn lớn, kết hợp các túi trà đen, bạch đậu khấu, nghệ tùy chọn và hoa hồi.

b) Đổ nước gần sôi lên trà và ngâm trong 5 phút trước khi lấy túi trà ra.

c) Trộn đường dừa vào chè. Trộn nước cốt dừa, nước cốt chanh và chiết xuất vani cho đến khi tạo thành chất lỏng mịn.
d) Trong một cái bát, kết hợp yến mạch và hạt chia và khuấy đều. Để 5 phút cho hỗn hợp đặc lại, sau đó nếm thử bột yến mạch và điều chỉnh độ ngọt cho phù hợp. Làm lạnh bột yến mạch trong ít nhất 4 giờ, tốt nhất là qua đêm.
e) Theo yêu cầu, trang trí và phục vụ.

7. Yến Mạch Qua Đêm Đậu Phộng Thái Lan

Làm cho: 1

THÀNH PHẦN:

- Yến mạch cán mỏng: ½ chén
- Nước cốt dừa không đường: ½ cốc
- Bơ đậu phộng tự nhiên: 1 muỗng canh
- Tamari: 1 muỗng cà phê
- Bột cà ri: ½ muỗng cà phê
- ¼ chén rau bina hoặc cải xoăn
- Cà chua băm nhỏ: 2 muỗng canh
- Rau mùi xắt nhỏ: 1 muỗng canh

HƯỚNG DẪN:

a) Kết hợp yến mạch, tamari, nước cốt dừa, bột cà ri và bơ đậu phộng trong bát hoặc cốc. Làm lạnh qua đêm, đậy nắp.
b) Trước khi phục vụ, trang trí với rau xanh, cà chua và ngò.

8. Trứng Thái với hạt còn sót lại

Làm cho: 2

THÀNH PHẦN:

- Nước chanh tươi vắt: 1 và ½ muỗng canh
- Nước mắm: 1 thìa rưỡi
- 1 và ½ muỗng cà phê tương Chile
- Lúa mạch nấu chín, lúa miến, quinoa, kê hoặc gạo lứt
- nguội: 1 cốc/190 g
- Trứng lớn: 4
- Dầu thực vật: 1 muỗng canh
- Hành tím: 4 củ, thái lát mỏng
- 4 hành lá

HƯỚNG DẪN:

a) Kết hợp nước cốt chanh, nước mắm, 1 muỗng cà phê tương ớt và hạt nấu chín mà bạn chọn trong một bát vừa và đặt sang một bên.

b) Trong một cốc trộn nhỏ, đánh trứng và ½ thìa cà phê tương ớt còn lại và để sang một bên.
c) Trong một cái chảo lớn nặng, đun nóng ½ muỗng canh dầu trên lửa vừa cao.
d) Thêm hẹ tây, phần trắng của hành lá và nấu, thỉnh thoảng khuấy, cho đến khi hẹ tây có màu nâu sẫm.
e) Nấu trong 1 phút với hành lá và ½ muỗng canh dầu còn lại.
f) Đổ hỗn hợp trứng vào và nấu trong 30 giây mà không khuấy, sau đó quay lại và khuấy, phá vỡ nó một chút nhưng giữ các miếng có kích thước vừa phải với nhau, trong khoảng 45 giây.
g) Đổ hỗn hợp ngũ cốc vào và nấu trong 1 phút, dùng thìa đảo cho đến khi nóng đều.
h) Phục vụ thức ăn.

9. Trứng bác kiểu Thái

Làm cho: 2

THÀNH PHẦN:

- Trứng: 4 quả
- Gia vị nước cốt dừa: 5 muỗng canh
- Bơ: ½ oz
- Hành lá: 3 củ, thái nhỏ
- Ớt đỏ: ½, xắt nhỏ và bỏ hạt
- Gừng củ: 1 thìa cà phê, gọt vỏ và bào nhỏ
- Ciabatta, thái lát & thêm hành lá: để phục vụ, thái lát

HƯỚNG DẪN:

a) Trộn trứng, nước cốt dừa, muối và hạt tiêu trong một bát trộn nhỏ.

b) Trong một miếng chống dính nhỏ, làm tan chảy chảo bơ.

c) Khuấy hành lá, ớt và gừng cho đến khi tất cả được kết hợp tốt.

d) Đổ hỗn hợp trứng vào và để yên trong 20 giây mà không cần khuấy. Dùng thìa gỗ khuấy từ đáy chảo, nâng lên và gấp lại.
e) Lấy trứng ra khỏi bếp khi chúng đã nguội nhẹ nhưng vẫn còn hơi chảy nước ở các điểm.
f) Nướng các lát ciabatta, bơ và lớp trứng bác lên trên, trang trí thêm hành lá thái lát.

CÀ RI THÁI

10. Thai Lemongrass Chickpe a Cu rry

Làm cho: 4

THÀNH PHẦN:

ĐỐI VỚI GẠO LỨT:

- Dầu dừa: 1 muỗng cà phê
- Gạo lức hạt ngắn chưa nấu chín: 1 chén

ĐỐI VỚI CÀ RI XANH THÁI:

- Dầu oliu hoặc dầu dừa: 2 thìa cà phê
- Tỏi: 3 tép, băm nhuyễn
- Hành lá: ¾ chén, thái hạt lựu
- Sả: 2 nhánh
- Cà rốt: 1 chén, thái hạt lựu
- Gừng: 1 muỗng canh (băm nhỏ)
- Húng quế tươi: 3 muỗng canh, thái hạt lựu
- Bột cà ri xanh: 2 muỗng canh
- Nghệ: ½ muỗng cà phê
- Nước cốt dừa ít: 1 lon (15 ounce)

- Nước dùng chay hoặc nước lọc: ½ chén
- Đậu xanh: lon 15 ounce
- Nước tương không chứa gluten hoặc aminos dừa: 1 muỗng canh
- Chanh: 1 quả, vắt lấy nước
- Muối: ½ thìa cà phê, có thể cho thêm tùy khẩu vị
- Ớt chuông đỏ: 1 quả, thái lát mỏng
- Đậu Hà Lan đông lạnh: 1 chén
- Ngò, hành lá & sốt cay: để trang trí

HƯỚNG DẪN:

a) Trên lửa vừa, nướng gạo trong 5 phút hoặc cho đến khi có mùi thơm.

b) Thêm 2 ½ chén nước vào nồi và đun sôi.

c) Giảm nhiệt xuống mức trung bình, đậy nắp và nấu trong 45 phút.

d) Đun nóng dầu trên lửa vừa và cao trong một cái nồi lớn. Cho tỏi, húng tươi thái hạt lựu, hành lá, sả gừng tươi và cà rốt vào dầu nóng. Xào trong 5 phút.

e) Thêm bột cà ri xanh và bột nghệ vào trong 30 giây để giải phóng hương vị.

f) Kết hợp nước cốt dừa, nước dùng chay, nước cốt chanh, đậu xanh, muối, ớt chuông đỏ và nước tương trong một bát trộn lớn.

g) Đậy nắp và nấu trong 20 phút.

h) Khuấy đậu Hà Lan đông lạnh ngay trước khi phục vụ.

i) Cho cơm gạo lứt vào bát và rắc ngò tươi, hành lá và một ít nước sốt nóng lên trên nếu muốn.

11. Cà ri khoai lang kem kiểu Thái

Làm cho: 4-5

THÀNH PHẦN:

- Dầu ăn: 1 muỗng canh
- Hành tím: 2 củ, thái lát mỏng
- Khoai lang: 2 củ (gọt vỏ, cắt khối)
- Rau mồng tơi non: 3-4 chén
- Bột cà ri: 2-3 muỗng canh
- Nước cốt dừa thông thường: 1 (14 ounces)
- Nước dùng hoặc nước: ½- 1 cốc
- Đậu phộng và rau mùi: ½ chén (thái nhỏ)
- Nước tương: tùy khẩu vị

HƯỚNG DẪN:

a) Tất cả tỏi, hẹ và gừng nên được rang.

b) Trong một bộ xử lý thực phẩm, trộn tất cả các thành phần và một số gia vị, bột sả và rau mùi.

c) Đun nóng dầu đến nhiệt độ trung bình cao.

d) Cho hẹ tây và khoai lang vào xào qua dầu.

e) Khuấy bột cà ri cho đến khi nó được trộn đều.
f) Thêm rau bina cho đến khi nó héo hoàn toàn.
g) Thêm hỗn hợp đậu phộng/ngò, để dành một ít để trang trí.
h) Thêm nước tương.
i) Ăn với đậu phộng / rau mùi còn lại trên cơm.

12. Cà ri đỏ với rau

Làm cho: 4

THÀNH PHẦN:

- Gạo lứt hoa lài hoặc gạo lứt hạt dài: 1 ¼ chén
- Dầu dừa hoặc dầu oliu: 1 muỗng canh
- Hành trắng nhỏ: 1 củ, xắt nhỏ
- Muối: một nhúm
- Gừng tươi bào mịn: 1 muỗng canh
- Tỏi: 2 tép (ép hoặc băm)
- Ớt chuông đỏ: 1 quả, thái sợi
- Cà rốt: 3 củ (1 cốc) (gọt vỏ và thái lát)
- Sốt cà ri đỏ Thái Lan: 2 muỗng canh
- Nước cốt dừa thông thường: 1 lon (14 ounces)
- Nước: ½ cốc
- Cải xoăn thái lát mỏng đóng gói: 1 cốc rưỡi
- Đường dừa hoặc đường nâu: 1 và ½ muỗng cà phê
- Tamari hoặc nước tương: 1 muỗng canh
- Giấm gạo hoặc nước cốt chanh tươi: 2 thìa cà phê

TRANG TRÍ/BÊN:

- húng quế/rau mùi/ớt đỏ mảnh, sriracha xắt nhỏ/sốt tỏi ớt

HƯỚNG DẪN:

a) Đun sôi gạo trong một nồi nước lớn. Vo sạch và nêm gạo với muối rồi dùng nĩa xới tơi cơm ngay trước khi ăn.

b) Làm nóng trước một cái chảo rộng.

c) Thêm dầu, một chút muối và hành tây và nấu, thường xuyên khuấy trong khoảng 5 phút.

d) Thêm gừng và tỏi và nấu trong khoảng 30 giây.

e) Cho cà rốt và ớt chuông vào. Nấu thêm 3 đến 5 phút nữa.

f) Sau đó, thêm bột cà ri và nấu trong 2 phút, khuấy thường xuyên.

g) Kết hợp nước cốt dừa, nước, cải xoăn và đường trong một bát trộn. Để hỗn hợp sôi trên lửa vừa.

h) Nêm tamari và giấm gạo. Để nếm thử, nêm muối.

i) Để phục vụ, chia cơm và cà ri vào các bát và rắc ngò cắt nhỏ lên trên cùng một nhúm ớt đỏ, nếu muốn.

j) Ăn kèm với tương sriracha hoặc tương ớt tỏi nếu bạn thích món cà ri cay.

13. Cà ri đỏ Thái với măng tây và đậu phụ

Làm cho: 4

THÀNH PHẦN:

- Dầu đậu phộng canola hoặc dầu thực vật: 1 muỗng canh
- Đậu phụ siêu cứng: 14 oz, cắt thành hình tam giác
- nước cốt dừa không đường nhẹ: lon 13,5 ounce
- Sốt cà ri đỏ: ¼ chén
- Nước dùng rau củ: ¾ chén
- Nước tương hoặc tamari: 2 muỗng cà phê
- Đường nâu nhạt: 1 muỗng canh
- Ớt chuông đỏ: 1 quả, thái lát mỏng
- Măng tây: 1 lb
- Cơm hoặc bún
- Lá rau mùi
- chanh nêm

HƯỚNG DẪN:

a) Trong chảo, đun nóng dầu đậu phộng trên lửa vừa và cao.

b) Nấu trong 5 phút với miếng đậu phụ hình tam giác rồi lật mặt kia nấu thêm 5 phút nữa. Để qua một bên.

c) Thêm ½ chén nước cốt dừa và nấu cho đến khi nước cốt dừa đặc lại.

d) Khuấy bột cà ri đỏ và nấu trong 1 phút.

e) Kết hợp nước cốt dừa còn lại, nước dùng, nước tương và đường trong một bát trộn. Khi nước sốt đã sôi, thêm ớt đỏ và măng tây và nấu trong 3 phút.

f) Cho đậu phụ trở lại chảo và đảo đều cho đến khi nước sốt cà ri bao phủ hoàn toàn đậu phụ.

g) Tắt bếp và dùng với ngò và chanh trên mặt mì hoặc cơm.

14. Lẩu cà ri Thái

Làm cho: 8-10

THÀNH PHẦN:

THÀNH PHẦN NƯỚC LẨU:

- Dầu oliu: 1 muỗng canh
- Tỏi: 5 tép, băm nhuyễn
- Gừng tươi: 1 inch (cắt lát dày)
- Cơ bản nhà bếp kho rau: 8 chén
- Nước cốt dừa: 3 lon (15 ounces)
- Bột cà ri đỏ Thai Kitchen: 4-6 muỗng canh (tuỳ khẩu vị)

THÀNH PHẦN Lẩu và nước lẩu:

- đậu hũ chiên giòn
- mì/cơm
- Ớt chuông thái lát, khoai lang, bông cải xanh, cà rốt, hành tây, đậu Hà Lan, súp lơ trắng, bí, nấm
- Bắp cải, cải ngọt non, cải xoăn, rau bina hoặc cải thìa
- Thảo dược tươi
- ớt tươi
- Dừa nướng

- chanh nêm
- Hành lá: thái mỏng

HƯỚNG DẪN:

a) Trong một stockpot lớn, làm nóng dầu ô liu.

b) Thêm tỏi và gừng và nấu ăn.

c) Khuấy nước rau và nước cốt dừa cho đến khi tất cả được kết hợp tốt.

d) Sau đó, cho 3 đến 4 muỗng canh bột cà ri vào đánh cho đến khi tan hoàn toàn.

e) Hương vị, và nếu cần, thêm bột cà ri.

f) Đậy nắp và nấu trong 5 phút ở nhiệt độ thấp. Sau đó, vớt các lát gừng ra.

g) Đun nhỏ lửa cho đến khi sẵn sàng phục vụ.

h) Thêm các loại gáo ưa thích của bạn, đun sôi và lọc chúng vào bát bằng lưới lọc.

i) Đổ đầy mỗi bát phục vụ với một muôi nước dùng.

j) Trang trí với toppings ưa thích và phục vụ nóng.

15. Cà ri vàng Thái với đậu xanh và súp lơ

Làm cho: 4

THÀNH PHẦN:

CÀ RI

- Nước (hoặc dầu dừa): 2 muỗng canh
- Hành tím: ⅓ chén, xắt nhỏ
- Tỏi: 4 tép, băm nhuyễn
- Gừng tươi: 2 thìa nhỏ, băm nhuyễn
- Ớt sừng nhỏ: 1 quả (bỏ hạt, thái nhỏ)
- Bột cà ri đỏ hoặc vàng: 3-4 muỗng canh
- Nước cốt dừa nhạt: 2 chén
- Nghệ xay: 1 muỗng cà phê
- Xi-rô cây phong: 1 muỗng canh (thêm nhiều hơn để nếm thử)
- Nước cốt dừa: 2 muỗng canh
- Súp lơ trắng: 1 chén, xắt nhỏ
- Đậu xanh nấu chín: 1 ¼ chén, rửa sạch và để ráo nước

SALAD / BÚN TÙY CHỌN

- Cơm súp lơ, quinoa hoặc cơm

- Trái bơ
- rau xanh
- chanh nêm
- Ngò
- Hạt mè

HƯỚNG DẪN:

a) Trong một cái chảo lớn trên lửa vừa, thêm hẹ tây, tỏi, gừng và tiêu serrano, cùng với một ít nước hoặc dầu dừa.

b) Nấu, khuấy liên tục, trong 2-3 phút.

c) Khuấy bột cà ri.

d) Khuấy nước cốt dừa, bột nghệ, xi-rô cây phong hoặc đường dừa (nếu muốn) và aminos dừa (hoặc tamari). Trên lửa vừa, đun nhỏ lửa.

e) Sau khi súp lơ và đậu xanh bắt đầu mềm, giảm nhiệt một chút.

f) Để làm cho đậu xanh và súp lơ mềm và có vị cà ri, hãy đậy nắp và nấu trong 10-15 phút, thỉnh thoảng khuấy. Giữ nó ở nhiệt độ thấp; nếu nó bắt đầu sôi, vặn nhỏ lửa.

g) Ở giai đoạn này, nếm thử nước dùng và thực hiện bất kỳ điều chỉnh cần thiết nào đối với hương vị.

h) Phục vụ trên cơm, quinoa hoặc rau xanh.

i) Có thể thêm các loại gia vị như chanh, rau mùi, hành tím thái hạt lựu hoặc hạt vừng nếu cần.

16. Cà ri bí đỏ kiểu Thái

Làm cho: 4

THÀNH PHẦN:

ĐỐI VỚI BÍ NGÔ:

- Bí ngô: ½ quả nhỏ
- Khoai mỡ: 1 củ nhỏ, gọt vỏ và cắt khối
- Cà rốt vừa: 1-2 củ, thái miếng dày
- Ớt chuông vàng: 1 quả, miếng vừa ăn
- Cà chua bi: 1 chén
- Đậu gà: ½ lon, để ráo nước
- Vỏ cam: 2 muỗng canh

ĐỐI VỚI SỐT CÀ RI:

- Tỏi: 3-4 tép
- Ớt đỏ: 1-2
- Nước cốt dừa: 1 lon
- Bột me: 1 muỗng cà phê
- Nước tương: 2 và ½ muỗng canh
- Đường nâu: 1 muỗng canh
- Nước cốt chanh: 1 muỗng canh

- Nước cam: 2 muỗng canh, tươi
- Nghệ: ½ muỗng cà phê
- Giấm gạo: 1 muỗng canh
- Hạt rau mùi: 1 muỗng canh, xay
- Thì là: 1 muỗng canh
- Hạt thì là: 1 muỗng cà phê
- Hành tím: ⅓, thái lát
- Lá húng quế: để trang trí
- Hạt bí ngô rang: 1 muỗng canh, để trang trí

HƯỚNG DẪN:

a) Trong một bộ xử lý thực phẩm, kết hợp tất cả các thành phần nước sốt.

b) Xử lý tất cả kỹ lưỡng.

c) Cắt đôi quả bí hoặc quả bí và dùng thìa múc hạt ra để chuẩn bị. Loại bỏ da khỏi bí ngô và cắt thành khối.

d) Chuẩn bị các loại rau còn lại, cũng như vỏ cam.

e) Trên lửa vừa và cao, kết hợp cà rốt, bí ngô và khoai mỡ với nước sốt cà ri trong chảo hoặc chảo rán.

f) Giảm nhiệt xuống mức trung bình khi cà ri bắt đầu sôi, để rau mềm.

g) Khuấy ớt chuông, vỏ cam, đậu xanh và cà chua bi. Nấu thêm 2 phút nữa.

h) Kiểm tra muối và gia vị bằng cách nếm thử.

i) Lá húng quế tươi và hạt bí ngô có thể được rắc lên trên. Ăn với cơm hoa nhài Thái Lan.

17. Cà ri dừa rau củ đậu xanh

Làm cho: 4

THÀNH PHẦN:

- Dầu oliu nguyên chất: 1 muỗng canh
- Hành tím: 1 củ, thái lát mỏng
- Ớt chuông đỏ: 1 quả, thái lát mỏng
- Gừng tươi: 1 thìa nhỏ, băm nhuyễn
- Tỏi: 3 tép, băm nhuyễn
- Súp lơ đầu nhỏ: 1, cánh hoa
- Ớt bột: 2 thìa cà phê
- Rau mùi xay: 1 muỗng cà phê
- Sốt cà ri đỏ: 3 muỗng canh
- Nước cốt dừa lon: lon 14 ounce
- Vôi: 1, cắt đôi
- Đậu chickpeas lon: lon 28 ounce
- Đậu Hà Lan đông lạnh: 1 cốc rưỡi
- Hạt tiêu đen mới xay và muối kosher
- Cơm trắng: để phục vụ

- Rau mùi tươi: ¼ chén, xắt nhỏ
- Hành lá: 4, thái mỏng

HƯỚNG DẪN:

a) Trên ngọn lửa vừa trong một cái chảo lớn, đun nóng dầu ô liu.

b) Nấu cho đến khi hành tây và ớt chuông gần mềm.

c) Thêm gừng và tỏi và nấu trong 1 phút.

d) Thêm vào súp lơ và quăng tốt. Nấu, cho đến khi bột ớt, rau mùi và bột cà ri đỏ bắt đầu caramen.

e) Thêm nước cốt dừa và đun sôi hỗn hợp. Đậy nắp chảo và nấu cho đến khi súp lơ mềm.

f) Nêm muối và hạt tiêu, thêm đậu xanh và đậu Hà Lan.

g) Nếu cần, dùng với cơm. Trang trí với rau mùi và hành lá.

18. Bát mì cà ri dừa Bangkok

Làm cho: 4

THÀNH PHẦN:

ĐỐI VỚI SỐT CÀ RI DỪA:

- Dầu ăn: 1 muỗng canh
- Hẹ: 2
- Gừng tươi: 1 muỗng canh băm nhỏ (hoặc bột nhão)
- Sốt cà ri đỏ: 2 muỗng canh
- Nước cốt dừa thông thường: 1 lon (14 ounce)
- Nước dùng gà hoặc rau giảm natri: ½ chén
- Đường: 3 muỗng canh
- Tương ớt cay: 1 muỗng canh
- Nước mắm: 2 muỗng canh
- Nước tương: 2 muỗng canh

ĐỐI VỚI BÚT:

- Bún gạo: 4 ounces (mì gạo lức)
- Dầu ăn: 1 muỗng canh

- Hành tây: ½ củ, xắt nhỏ
- Bông cải xanh: 1 chén, xắt nhỏ
- Cà rốt: 1 chén (cắt nhỏ)
- Măng tây: 1 chén, xắt nhỏ
- Bắp cải tím: 1 chén (thái nhỏ)
- Hạt vừng: để làm topping
- Chanh: để phục vụ
- Húng quế tươi: số ít để phục vụ

HƯỚNG DẪN:

MÌ:

a) Trong nước lạnh, ngâm mì trong vài phút.

b) Bắt đầu ngay lập tức; chúng sẽ cần ngâm ít nhất 20 phút.

c) Xả và rửa sạch khi chúng mềm.

NƯỚC XỐT:

d) Trong một cái chảo lớn, đun nóng dầu.

e) Cho hẹ và gừng vào xào trong 3-5 phút.

f) Khuấy bột cà ri trong 1 phút.

g) Kết hợp đường, nước cốt dừa, tương ớt, nước tương và nước mắm trong một bát trộn lớn.

h) Đun nhỏ lửa trong khoảng 15 phút.

HỘI VÀ RAU:

i) Đun nóng dầu trong chảo lớn trên ngọn lửa cao.

j) Kết hợp măng tây, cà rốt, hành tây và bông cải xanh trong một bát trộn lớn.

k) Xào bông cải xanh và măng tây trong khoảng 5 phút hoặc cho đến khi chúng có màu xanh tươi đẹp mắt.

l) Sau đó, cho mì vào chảo cùng với các loại rau và đảo đều.

m) Ăn kèm với bắp cải tím và hạt vừng bên trên, cũng như vắt thêm lá chanh hoặc lá húng quế nếu muốn.

19. Cà ri rau xanh kiểu Thái

Làm cho: 4

THÀNH PHẦN:

- Dầu thực vật: 2 muỗng canh
- Hẹ tây: 3 (thái nhỏ)
- Sốt cà ri xanh Thái Lan: 4 muỗng canh
- Ớt đỏ: 1 quả (bỏ hạt, thái nhỏ) Bí đao: 350 gram (gọt vỏ, cắt miếng vuông)
- Ớt đỏ lớn: 1 (bỏ hạt và cắt thành lát dày)
- Nước cốt dừa béo ngậy: lon 400gram
- Lá chanh kaffir khô: 5
- Mangetout: 150gram
- Bắp non: 100gram (cắt đôi theo chiều dài)
- Ngò rí nhỏ: 1 nhánh (thái nhỏ)
- Cơm và chanh: để phục vụ

HƯỚNG DẪN:

a) Trong một cái chảo lớn, đun nóng dầu.

b) Nấu trong 7-10 phút với hẹ tây và một chút muối.

c) Nấu trong 2 phút sau khi thêm bột cà ri và ớt vào bát.

d) Thêm bí, hạt tiêu và nước cốt dừa cùng với 200ml nước và trộn đều. Nấu khoảng 15-20 phút sau khi thêm lá chanh.

e) Cho măng cụt và bắp non vào cà ri, sau đó đậy nắp và nấu cho đến khi rau vừa mềm.

f) Nêm muối và hạt tiêu, sau đó trộn vào ½ số rau mùi. Loại bỏ và loại bỏ lá chanh.

20. Khoai tây cà ri vàng kiểu Thái

Làm cho: 4

THÀNH PHẦN:

- Khoai tây vàng Yukon: 2 pound
- Dầu dừa: 3 muỗng canh
- Sốt cà ri Thái vàng: 2 muỗng canh
- Muối: 1 muỗng cà phê
- Hạt tiêu đen mới xay: để nếm thử
- Lá ngò: muỗng canh, để trang trí

HƯỚNG DẪN:

a) Làm nóng lò ở nhiệt độ 400 độ F.

b) Trong một bát lớn, đặt khoai tây thái hạt lựu.

c) Kết hợp dầu dừa, muối và bột cà ri vàng trong một cái bát nhỏ. Trộn kỹ.

d) Trên khoai tây, đổ hỗn hợp bột cà ri.

e) Để 30 phút cho khoai ngấm.

f) Trải khoai tây thành một lớp trên giấy da trên khay nướng, sau đó nêm tiêu đen xay.
g) Lấy chảo ra khỏi lò sau 20 phút để khuấy.
h) Đặt khoai tây vào lò nướng một lần nữa trong 20 phút nướng cuối cùng.
i) Ngay trước khi ăn, trang trí với lá ngò. Chúc vui vẻ!

21. Phở cà ri xanh

làm cho: 3

THÀNH PHẦN:

- Dầu oliu: 1 muỗng canh
- Hẹ mỡ: 1-2 củ, thái hạt lựu
- Bột cà ri xanh: ¼ - ½ chén
- Nước dùng gà hoặc rau: 4 chén
- sả đập dập 3-4 lát
- riềng, 4-6
- lá chanh kefir
- Đậu hũ chiên giòn: 8 lạng
- Bông cải xanh: 8 ounce (cắt ½ chiều dài)
- Nước cốt dừa: 1 lon (13,5 ounce)
- Nước mắm/nước mắm chay: 2-4 thìa cà phê
- ½ quả chanh: nước cốt
- Lá húng quế: ¼ - ½ chén
- Bún khô: 6-8 lạng
- Giá đỗ/muối chanh/hành lá và húng quế tươi: để trang trí

HƯỚNG DẪN:

a) Trong chảo vừa, đun nóng dầu và nấu hẹ cho đến khi vàng.

b) Xào trong 1-2 phút với bột cà ri.

c) Thêm một lượng 4 inch sả đập dập, 3 lát riềng và 3-4 lá chanh kefir trong khi sử dụng bột cà ri xanh đóng lọ.

d) Đun nhỏ lửa cho đến khi bông cải xanh chỉ mềm và có màu xanh tươi. Thêm nước cốt dừa và đậu phụ vào thời điểm này nếu sử dụng.

e) Kết hợp nước mắm và nước cốt chanh trong một bát trộn.

f) Để làm sáng món súp, hãy kết hợp 1 cốc nước cốt dừa với húng quế tươi trong máy xay sinh tố và xay nhuyễn cho đến khi mịn và có màu xanh tươi.

g) Điều chỉnh chanh, muối và gia vị cho vừa ăn.

h) Dùng 3-4 bát, chia mì. Đổ nước dùng có hương vị lên trên. Giá đỗ, chanh, hành lá và ớt mảnh có thể được thêm vào để trang trí.

THÁI LAN

22. Đậu phộng dừa Súp lơ cà ri đậu xanh

Làm cho: 4

THÀNH PHẦN:

- Dầu dừa: ½ muỗng canh
- Tỏi: 3 tép, băm nhuyễn
- Gừng tươi: 1 muỗng canh, bào nhỏ
- Cà rốt lớn: 1 củ, thái lát mỏng
- Súp lơ trắng: 1 đầu nhỏ (3-4 chén)
- Hành lá: 1 bó, thái hạt lựu
- Nước cốt dừa: 1 lon (lite) (15 ounces)
- Nước dùng chay hoặc nước lọc: 1/3 cốc
- Sốt cà ri đỏ: 2 muỗng canh
- Bơ đậu phộng (hoặc bơ hạt điều): 2 muỗng canh
- Nước tương không chứa gluten hoặc nước cốt dừa: ½ muỗng canh
- Nghệ xay: ½ muỗng cà phê
- ớt cayenne đỏ xay: ½ muỗng cà phê
- Muối: ½ muỗng cà phê

- Ớt đỏ: 1 (thái nhỏ)
- Đậu xanh: 1 lon (15 ounces) (rửa sạch và để ráo nước)
- Đậu Hà Lan đông lạnh: ½ chén
- Để trang trí:
- Ngò tươi
- Hành lá
- Đậu phộng hoặc hạt điều, xắt nhỏ

HƯỚNG DẪN:

a) Đun nóng một cái nồi lớn. Nấu dầu dừa, tỏi và gừng trong 30 giây trước khi thêm hành lá, cà rốt và súp lơ.

b) Sau đó, trộn đều nước cốt dừa, nước tương/dừa aminos, nước, bột nghệ, bơ đậu phộng, ớt cayenne đỏ, bột cà ri và muối.

c) Sau đó thêm ớt chuông và đậu xanh và nấu trong 10 phút.

d) Khuấy đậu đông lạnh và nấu thêm một phút nữa.

e) Cho thêm đậu phộng/hạt điều cắt nhỏ, hành lá, ngò rí trang trí.

23. Bí ngòi xào trứng

Làm cho: 1

THÀNH PHẦN:

- Bí xanh: 1 củ, gọt vỏ và thái hạt lựu
- Trứng gà: 2 quả
- Nước: 2 muỗng canh
- Nước tương: 1 muỗng canh
- Dầu hào: ½ muỗng canh
- Tỏi băm nhuyễn: 2 tép
- Đường: ½ muỗng canh

HƯỚNG DẪN:

a) Trong chảo, đun nóng 2 muỗng canh dầu ăn trên lửa lớn.
b) Thêm tép tỏi băm nhỏ và chiên trong khoảng 15 giây.
c) Thêm 1 bí xanh đã gọt vỏ và thái hạt lựu vào xào trong 1 phút với tỏi.
d) Di chuyển bí sang một bên của chảo và đập 2 quả trứng vào bên trong. Đánh trứng trong vài giây trước khi trộn với bí xanh.

e) Trong chảo, kết hợp ½ muỗng canh đường, 1 muỗng canh nước tương, ½ muỗng canh dầu hào và 2 muỗng canh nước.

f) Xào thêm 2 đến 3 phút nữa hoặc cho đến khi bí đã mềm và ngấm hương vị của nước sốt. Sau đó ăn kèm với cơm trắng.

24. Pad Thái chay

Làm cho: 4

THÀNH PHẦN:

ĐỐI VỚI PAD THÁI:

- Bún sợi to: 200 gram (7 oz)
- Dầu đậu phộng: 2 muỗng canh
- Hành lá: 2 củ, thái lát
- Tỏi tép: 1-2 (thái nhỏ)
- Ớt đỏ: 1 quả (thái nhỏ)
- Bông cải xanh nhỏ: ½ (cắt thành bông nhỏ)
- Ớt đỏ: 1 (thái nhỏ)
- Cà rốt: 2 củ (cạo thành dải bằng máy gọt vỏ tốc độ)
- Đậu phộng rang & không muối: ¼ chén (30 gram, giã nhỏ)
- Rau mùi tươi: 1 nắm (để trang trí)
- Vôi: 1 để phục vụ

CHO NƯỚC SỐT:

- Nước tương không chứa gluten: 5 muỗng canh
- Maple syrup: 2-3 muỗng canh (gia giảm tùy khẩu vị)

HƯỚNG DẪN:

a) Bún nấu chín, để ráo nước, xóc qua chút dầu ăn cho bún khỏi dính vào nhau rồi để riêng.

b) Trong chảo, đun nóng 1 muỗng canh dầu.

c) Thêm hành lá, tỏi và ớt và tiếp tục đảo cho đến khi có mùi thơm.

d) Đặt trong một bát phục vụ riêng biệt.

e) Cũng trong chảo/chảo đó, đun nóng một thìa dầu khác và xào bông cải xanh trong khoảng 2 phút.

f) Cho ớt đỏ và cà rốt bào sợi vào xào cho đến khi chúng chín nhưng vẫn giòn.

g) Đặt tất cả các loại rau trong một bát riêng.

h) Trong một chén nhỏ, kết hợp tất cả các thành phần nước sốt và đổ nước sốt vào đáy chảo/chảo rán.

i) Thêm mì và trộn chúng với nước sốt. Cho hành lá, ớt, tỏi và rau xào vào, để ấm trong một hoặc hai phút.

j) Dọn ra đĩa với đậu phộng giã nhỏ, ngò tươi và nước cốt chanh nếu muốn.

25. Khoai Tây Nghiền Chile Kiểu Thái

Làm cho: 4-6

THÀNH PHẦN:

- Dầu oliu: 4 muỗng canh
- Khoai tây vàng mới hoặc Yukon nhỏ: 2 pound muối Kosher
- Nước mắm: 2 muỗng canh
- Nước cốt chanh: 2 muỗng canh
- Giấm gạo: 2 muỗng canh
- Ớt Fresno hoặc ớt serrano băm nhỏ: 1 muỗng canh hoặc ớt đỏ-
- hạt tiêu mảnh: ½ muỗng cà phê (cộng thêm để nếm thử)
- Nước tương hoặc tamari: 1 muỗng cà phê
- Đường cát: 1 muỗng cà phê
- Tỏi tép: 1 củ, băm nhỏ
- Rau mùi tươi thái nhỏ: ¼ chén
- Hành lá thái mỏng: ¼ chén (phần trắng và xanh)

HƯỚNG DẪN:

a) Làm nóng lò ở nhiệt độ 450 độ F.
b) Chải đều chảo với 1 muỗng canh dầu ô liu.

c) Luộc khoai tây với 1 inch và 2 thìa muối trong nồi lớn.
d) Tiếp tục nấu, không đậy nắp, từ 15 đến 18 phút hoặc cho đến khi khoai tây chín mềm. Để ráo khoai tây đã nấu chín trong một cái chao.
e) Trong khi đó, kết hợp nước mắm, nước tương, nước cốt chanh, ớt, giấm gạo, đường và tỏi trong một chén nhỏ, sau đó thêm hành lá và rau mùi.
f) Đặt khoai tây lên chảo tấm đã chuẩn bị.
g) Nhẹ nhàng đập từng củ khoai tây bằng đáy cốc đo cho đến khi dày khoảng ½ inch. Rưới 3 muỗng canh dầu ô liu còn lại lên khoai tây và lật để phủ đều cả hai mặt.
h) Nướng trong 30 đến 40 phút, cho đến khi vàng nâu và giòn, sau khi nêm ½ muỗng cà phê muối.
i) Đặt khoai tây lên đĩa phục vụ, nêm nhẹ muối và rưới nước sốt lên trên. Phục vụ ngay lập tức, trang trí với lá ngò.

26. Mỳ Ý Pad Thái

Làm cho: 4-6

THÀNH PHẦN:

CHO NƯỚC SỐT:

- Tamari/nước tương: 3 muỗng canh
- Tương ớt ngọt: 3 muỗng canh
- Dấm rượu gạo: 1 muỗng canh

ĐỐI VỚI PAD THÁI:

- Spaghetti bí đao: 1 con vừa
- Dầu ôliu nguyên chất: (dành cho mưa phùn)
- Muối biển: (để nêm)
- Dầu phộng rang: 2 muỗng canh
- Đậu phụ siêu cứng: 14 ounce (để ráo nước, ép và cắt khối)
- Bột bắp: 2 muỗng canh
- Bông cải xanh: 1 đầu nhỏ (chỉ lấy phần bông và cắt nhỏ)
- Hành lá: 5, thái nhỏ
- Tỏi: 3 tép vừa, băm nhuyễn
- Giá đỗ: 1 chén đầy

PHỤC VỤ:

- Sriracha
- Đậu phộng rang: (giã nhỏ)
- chanh nêm
- Rau mùi tươi, xắt nhỏ

HƯỚNG DẪN:

a) Làm nóng lò ở nhiệt độ 400 độ F.

b) Cạo hạt ra khỏi bí spaghetti bằng cách cắt làm đôi theo chiều dọc. Rưới dầu ô liu, nêm muối và đặt mặt cắt lên khay nướng.

c) Nướng trong 1 giờ, hoặc cho đến khi chín mềm. Đổ hết chất lỏng còn lại, sau đó nạo bí spaghetti thành sợi bằng nĩa. Để nó bên cạnh.

d) Trong khi chờ đợi, tạo nước sốt: Trong một bát trộn nhỏ, kết hợp tất cả các nguyên liệu và khuấy đều. Để qua một bên.

e) Trên lửa vừa, làm nóng chảo lớn. Quăng đậu phụ trong bột bắp vào tô trộn. Nấu đậu phụ trong chảo với dầu đậu phộng cho đến khi vàng.

f) Thêm bông cải xanh và nấu trong 3 phút.

g) Kết hợp giá đỗ, hành lá, bí spaghetti và tỏi trong một bát trộn lớn.

h) Khuấy nước sốt để phủ đều mì.

i) Ăn kèm với chanh, đậu phộng, sriracha và ngò.

27. Bánh Bao Hấp Nấm Đông Cô

Làm cho: 4

THÀNH PHẦN:

- Vỏ bánh bao: 1 gói (dạng tròn và đông lạnh)
- Lá chuối: 1 cái

ĐỂ ĐIỀN:

- Nấm đông cô: 3 chén (tươi và thái lát)
- Đậu phụ: 1 chén (khối vuông, chắc vừa)
- Riềng: khúc 1-2 inch (hoặc gừng thái lát)
- Tỏi: 3-4 tép
- Hành lá: 2 củ, thái lát
- Rau mùi: ½ chén (lá và thân) (tươi và xắt nhỏ)
- Tiêu trắng: ¼ muỗng cà phê
- Nước tương: 3 muỗng canh
- Dầu mè: 2 muỗng canh
- Tương ớt: 1 thìa cà phê (hoặc nhiều hơn nếu ăn cay)
- Nước dùng gà chay/nước dùng rau: ¼ chén

ĐỐI VỚI BÁNH BAO:

- Bột bắp/bột năng: 1-2 muỗng canh

- Nước tương: để trang trí

HƯỚNG DẪN:

a) Để ít nhất 30 phút để lá chuối tan băng.

b) Lót 1 hoặc 2 lớp lá chuối vào xửng hấp.

c) Trong máy xay thực phẩm, kết hợp tất cả các nguyên liệu làm nhân và chế biến cho đến khi thái nhỏ nhưng không phải là bột nhão.

d) Đặt 6 giấy gói bánh bao trên một bề mặt làm việc sạch sẽ cùng một lúc. Chuẩn bị một bát nước nhỏ để đậy kín bánh bao.

e) Đặt 1 muỗng cà phê nhân vào giữa mỗi lớp giấy gói.

f) Sau đó, làm ẩm mặt ngoài của giấy gói bằng ngón tay (hoặc chổi quét bánh ngọt) nhúng vào nước.

g) Để đóng màng bọc, đưa các mặt lên trên phần nhân và ép lại với nhau. Để tạo một cạnh trang trí, hãy véo dọc theo đường may.

h) Hấp bánh bao ngay lập tức hoặc đậy nắp và làm lạnh trong tối đa 3 giờ.

i) Hấp há cảo, cho vào xửng có lót lá chuối (chấm tay vào được) hấp khoảng 15 đến 20 phút là nấm chín.

j) Rưới nước tương và tương ớt trước khi ăn.

28. Đậu hủ Thái Lan

Làm cho: 2-4

THÀNH PHẦN:

SATAY

- Đậu phụ cứng: 14 oz (đông lạnh và rã đông)
- Nước cốt dừa béo: ¼ cốc
- Tỏi: 3 tép, băm nhuyễn
- Gừng: 2 thìa cà phê, bào nhỏ
- Sốt cà ri: 1 muỗng canh
- Maple Syrup: 1 muỗng canh
- Nước tương ít natri: 2 muỗng canh
- Xiên tre: mười
- Rau mùi: để hương vị
- Vôi: để hương vị
- Đậu phộng: để trang trí, xắt nhỏ

NƯỚC SỐT ĐẬU PHỘNG

- Bơ đậu phộng dạng kem: ¼ cốc
- Nước ấm: 2 muỗng canh
- Sốt cà ri: 1 muỗng canh

- Maple Syrup: 1 muỗng canh
- Nước tương: ½ muỗng canh
- Giấm gạo: ½ muỗng canh
- Nước cốt chanh: 1 muỗng canh
- Tỏi: ½ thìa cà phê, băm nhuyễn
- Dầu mè: ½ muỗng cà phê
- Sriracha: ½ muỗng canh

HƯỚNG DẪN:

a) Trong một bát trộn, kết hợp các thành phần nước xốt , sau đó thêm đậu phụ đã rã đông và khuấy nhẹ để bao phủ tất cả các phần.

b) Làm nóng lò ở nhiệt độ 400 độ F. Xé đậu phụ đã ướp thành từng miếng nhỏ và xiên vào xiên.

c) Nướng trong 30-35 phút trên khay nướng có lót giấy da, lật ½ mặt bánh.

d) Cuối cùng, bật lò nướng trong 4-5 phút để xiên có độ giòn và các cạnh cháy xém (không bị cháy!).

e) Trong một chén nhỏ, trộn đều tất cả các nguyên liệu làm nước sốt đậu phộng cho đến khi mịn.

f) Dọn sa tế với nước sốt và trang trí với ngò và đậu phộng băm nhỏ.

29. Mì Xào Thái Rau

Làm cho: 3-4

THÀNH PHẦN:

- Mì kiểu Trung Quốc: 5-8 ounce (hoặc mì trứng)
- Dầu thực vật: 2-3 muỗng canh (để xào)
- Tỏi: 4 tép, băm nhuyễn
- Riềng/gừng: 2-3 muỗng canh, bào nhỏ
- Hành tím/hành tím: ¼ chén, xắt nhỏ
- Cà rốt: 1 củ, thái lát
- Nấm đông cô: 5-8 cái, thái lát
- Bông cải xanh: 1 đầu nhỏ (cắt thành từng bông)
- Ớt đỏ: 1 quả nhỏ, thái lát
- Giá đỗ: 2 chén
- Trang trí: rau mùi / húng quế tươi
- Nước sốt xào:
- Nước cốt chanh tươi: 3 muỗng canh (hoặc nhiều hơn tùy khẩu vị)
- Nước tương: 3 muỗng canh (hoặc nhiều hơn tùy khẩu vị)
- Nước mắm: 1 muỗng canh (hoặc nhiều hơn tùy khẩu vị)

- Giấm gạo: 3 muỗng canh (hoặc giấm rượu trắng)
- Dầu hào: 3 muỗng canh
- Muỗng cà phê đường: 1 và ½-2 muỗng cà phê (hoặc nhiều hơn tùy khẩu vị)
- Tiêu trắng: ¼ muỗng canh
- Ớt khô giã nhỏ: ½ - ¾ muỗng cà phê (hoặc nhiều hơn tùy khẩu vị)

HƯỚNG DẪN:

a) Luộc mì cho đến khi chúng chín trong nước muối nhẹ, để ráo và xả bằng nước lạnh.

b) Trong một cái chén, trộn tất cả các nguyên liệu làm nước sốt xào, khuấy đều để đường tan. Để qua một bên.

c) Trên lửa vừa và cao, làm nóng chảo hoặc chảo rán lớn.

d) Xào tỏi, hẹ và gừng trong 1 phút trong dầu.

e) Thêm cà rốt và 1 đến 2 muỗng canh nước sốt xào mà bạn đã làm trước đó.

f) Xào cho đến khi cà rốt hơi mềm.

g) Thêm 3 đến 4 thìa cà phê nước sốt xào cộng với ớt đỏ, bông cải xanh và nấm.

h) Tiếp tục xào cho đến khi nấm và ớt chín mềm và bông cải chuyển sang màu xanh tươi nhưng vẫn giòn.

i) Kết hợp mì và nước sốt xào còn lại trong một bát trộn lớn.

j) Cho giá đỗ vào trong phút nấu cuối cùng.

k) Dọn ngay ra bát hoặc đĩa với rau mùi hoặc húng quế tươi rắc lên trên.

30. <u>Bún Thái với Basil</u>

Làm cho: 2-4

THÀNH PHẦN:

- Bún Thái: 6-10 lạng
- Dầu thực vật: 2 muỗng canh (để xào)

ĐỐI VỚI CÁC MÓN NGON:

- 1 nắm húng quế: để trang trí, tươi
- 1 nắm hạt điều: để trang trí (băm nhỏ/xay)

ĐỐI VỚI SỐT CƠM:

- Húng quế: ½ chén, tươi
- Hạt điều khô: ⅓ chén (rang khô và không ướp muối)
- Tỏi tỏi: 3-4 tép
- Dừa/dầu oliu: 4 muỗng canh
- Nước cốt chanh: 1 muỗng canh (mới vắt)
- Nước mắm/nước tương dành cho người ăn chay: 1 muỗng canh
- 1 quả ớt: tùy thích

HƯỚNG DẪN:

a) Đun sôi nước trong nồi, bắc ra khỏi bếp và cho mì vào.

b) Khi bạn đang làm nước sốt, ngâm mì.

c) Sau đó vớt mì ra để ráo nước và xả qua nước lạnh để mì không bị dính.

d) Trong một chiếc máy băm nhỏ, kết hợp tất cả các thành phần nước sốt húng quế và trộn đều với nhau.

e) Để lửa vừa và cao, đổ dầu vào chảo lớn và đảo đều trước khi cho mì vào.

f) Thêm 2 muỗng canh nước sốt hoặc cho đến khi đạt được độ mềm mong muốn.

g) Lấy chảo ra khỏi bếp. Quăng phần nước sốt còn lại để phân tán đều.

h) Phục vụ với một ít húng quế tươi và hạt điều xắt nhỏ hoặc xay.

31. Cơm Chiên Dứa

Làm cho: 5

THÀNH PHẦN:

- Dứa miếng: 1 hộp nhỏ, dứa tươi/dứa để ráo nước: 1 và ½ cốc
- Cơm nấu: 3-4 chén (nên để vài ngày)
- Nước dùng rau/gà giả: ¼ chén
- Hẹ tây: 2 (thái nhỏ)
- Tỏi tép: 3 (thái nhỏ)
- Ớt đỏ hoặc xanh: 1 quả, thái lát mỏng
- Đậu Hà Lan đông lạnh: ½ chén
- Cà rốt: 1 củ nhỏ, bào sợi
- Nho/nho khô: ¼ chén
- Hạt điều nguyên hạt không ướp muối: ½ chén (đã rang)
- Hành tây: 3 củ (thái nhỏ)
- Rau mùi: ⅓ chén, tươi
- Nước sốt xào:
- Nước tương: 3 muỗng canh
- Bột cà ri: 2 muỗng cà phê
- Đường: ½ muỗng cà phê

HƯỚNG DẪN:

a) Quăng 1 muỗng canh dầu với cơm, dùng đầu ngón tay phá vỡ bất kỳ cục nào và để sang một bên.

b) Cho nước tương và bột cà ri vào cốc và đánh đều.

c) Trong một cái chảo/chảo lớn trên lửa vừa và cao, cho 1-2 muỗng canh dầu.

d) Cho ớt, tỏi và hẹ vào xào cho thơm, khoảng 1 phút.

e) Khuấy trong đậu Hà Lan và cà rốt.

f) Kết hợp các miếng dứa, gạo, nho, đậu Hà Lan và hạt điều trong một bát trộn.

g) Rưới hỗn hợp cá/nước tương với bột cà ri lên trên và xào để kết hợp trong 5 đến 8 phút.

h) Tắt đầu đốt. Hương vị và điều chỉnh hương vị.

i) Giả sử phục vụ trong một bữa tiệc, thành một quả dứa khắc sẵn). Ăn kèm với rau mùi và hành lá, và THƯỞNG THỨC!

32. Cơm dừa Thái Lan

Làm cho: 4

THÀNH PHẦN:

- Dầu dừa/dầu thực vật: ½ muỗng cà phê
- Gạo trắng hương lài Thái Lan: 2 chén (đã vo sạch)
- Nước cốt dừa: 2 cốc (đóng hộp)
- Muối: ½ muỗng cà phê
- Cốc nước: 1 ¾ cốc

HƯỚNG DẪN:

a) Trong một cái nồi có thành sâu, xoa dầu khắp miệng nồi.

b) Trong một nồi lớn, kết hợp gạo, muối, nước cốt dừa và nước.

c) Ngừng khuấy cho đến khi chất lỏng bắt đầu sủi bọt nhẹ.

d) Đậy nắp kín và nấu cho đến khi gạo hấp thụ gần hết chất lỏng.

e) Dùng nĩa xới cơm sang một bên để xem cơm chín chưa.

f) Hấp thêm vài phút nếu vẫn còn nhiều chất lỏng. Tắt lửa khi chất lỏng là g1.

g) Giữ nồi đã đậy nắp trên bếp nóng thêm 5 đến 10 phút nữa hoặc cho đến khi bạn sẵn sàng ăn thì tắt bếp.

h) Nếm muối, và nếu cần, thêm một nhúm nữa. Kết hợp cơm với các món ăn yêu thích để có một bữa ăn ngon miệng.

33. gạo vàng Thái Lan

Làm cho: 4-5

THÀNH PHẦN:

- Dầu thực vật: 2 muỗng canh
- Hành tây: ¼ chén (thái nhỏ)
- Tỏi: 3 tép, băm nhuyễn
- Ớt mảnh: ⅛-¼ muỗng cà phê (hoặc ớt cayenne)
- Ớt đỏ: ¼ chén, thái hạt lựu
- Cà chua Roma: 1 quả, thái hạt lựu
- Gạo Jasmine Thái trắng: 2 chén (gạo basmati trắng, chưa nấu chín)
- Nước dùng gà: 4 chén
- Chanh: 1 quả, vắt lấy nước
- Nước mắm: 2 muỗng canh (hoặc xì dầu)
- Nghệ: ½ thìa cà phê
- Nghệ tây: ⅓-¼ muỗng cà phê
- Đậu Hà Lan đông lạnh: ¼ chén
- Muối: để hương vị
- Húng quế tươi: một nắm, để trang trí

HƯỚNG DẪN:

a) Làm nóng trước một cái nồi lớn trên lửa lớn.

b) Đổ dầu vào và lắc đều.

c) Sau đó cho ớt, hành, tỏi vào phi thơm.

d) Sau đó, thêm cà chua và ớt đỏ.

e) Khuấy gạo để phủ đều.

f) Sau đó thêm nước dùng và tăng nhiệt độ lên cao.

g) Kết hợp nước mắm, nghệ tây (nếu sử dụng), bột nghệ và nước cốt chanh trong một bát trộn lớn. Khuấy tất cả lại với nhau thật kỹ.

h) Chờ 15 đến 20 phút để cơm chín.

i) Tháo nắp và cho đậu Hà Lan vào, nhẹ nhàng khuấy gạo khi bạn di chuyển.

j) Đậy nắp lại và để cơm trong ít nhất 10 phút.

k) Tháo màng bọc ra khỏi cơm và dùng nĩa hoặc đũa đánh tơi. Hương vị và nêm một chút muối nếu cần thiết.

l) Trang trí với một nhánh húng quế tươi.

34. Cà Tím Xào

Làm cho: 4

THÀNH PHẦN:

CHO NƯỚC SỐT

- Nước tương: 1 và ½ muỗng canh
- Dầu hào chay: 2 muỗng canh
- Đường nâu: 1 muỗng cà phê
- Bột bắp: 1 muỗng cà phê
- Nước: 2 muỗng canh

ĐỐI VỚI CÂY TÍM

- Dầu ăn: 2-3 muỗng canh (để xào)
- Hành tây: ½ củ (nên dùng hành tím)
- Tỏi tép: 6 (băm nhỏ, chia nhỏ)
- Ớt đỏ: 1-3
- Cà tím Trung Quốc Nhật Bản: 1 lớn/2 mỏng hơn
- Nước: ¼ chén (để xào)
- Nước tương: 2 muỗng canh
- Húng quế tươi: ½ chén (chia)

- Lạc/hạt điều: ¼ chén (rang khô, băm nhỏ)

HƯỚNG DẪN:

a) Kết hợp tất cả các thành phần nước sốt, trừ bột ngô và nước, trong một bát trộn.

b) Trong một cốc hoặc bát riêng, kết hợp bột ngô và nước. Để qua một bên.

c) Cắt cà tím thành những miếng nhỏ.

d) Trên lửa vừa và cao, thêm 2 đến 3 muỗng canh dầu vào chảo hoặc chảo lớn. Sau đó cho ½ số tỏi, hành, ớt, cà tím vào tô trộn.

e) Thêm vào 2 muỗng canh nước tương và tiếp tục chiên cho đến khi cà tím mềm và thịt cà tím gần như trong mờ.

f) Thêm phần còn lại của tỏi và nước sốt cho đến khi cà tím mềm.

g) Bây giờ thêm hỗn hợp bột ngô-nước. Khuấy liên tục để đảm bảo nước sốt đặc lại. Lấy chảo ra khỏi bếp.

h) Nếu món ăn chưa đủ mặn, có thể thêm nước tương hoặc nước cốt chanh/chanh nếu mặn quá.

i) Thêm 3/4 húng quế tươi và trộn nhanh để kết hợp.

j) Đặt trên một đĩa phục vụ và trên cùng với húng quế còn lại và các loại hạt xắt nhỏ, nếu muốn.

35. Cải Xào Thái Lan

Làm cho: 2-3

THÀNH PHẦN:

- Bông cải xanh: 1 bó
- Dầu hào: 3 muỗng canh
- Nước: 2 muỗng canh
- Nước tương: 1 muỗng cà phê
- Đường: 1 muỗng cà phê
- Dầu ăn: 1 muỗng canh
- Tỏi: 3 tép, băm nhuyễn

HƯỚNG DẪN:

a) Rửa sạch bông cải xanh và giũ sạch nước thừa.

b) Để riêng phần cuống, nên cắt thành từng miếng dài 1 inch.

c) Cắt lá thành từng miếng nhỏ.

d) Kết hợp dầu hào, nước tương, nước và đường trong một chén nhỏ.

e) Trên lửa lớn, đun nóng chảo hoặc chảo lớn. Xoay dầu xung quanh.
f) Khuấy tỏi trong vài giây.
g) Quăng cuống và lá, kèm theo nước sốt.
h) Đảo và đảo rau thường xuyên cho đến khi lá héo và cuống mềm.

36. Cải bó xôi xào tỏi và đậu phộng kiểu Thái

Làm cho: 2-4

THÀNH PHẦN:

- Rau mồng tơi: 1 bó lớn
- Tỏi tép: 4 (thái nhỏ)
- Ớt sừng: 1 quả
- Nước dùng rau củ: ¼ chén
- Dầu hào/mắm xào chay: 2 muỗng canh
- Nước tương: 1 thìa rưỡi
- Sherry: 1 muỗng canh
- Đường nâu: 1 muỗng cà phê
- Dầu mè: 1 muỗng cà phê
- Ớt đỏ: ½ (tùy thích, thái lát mỏng)
- Đậu phộng hoặc hạt điều: ¼ chén (xắt nhỏ, để phủ lên trên)
- Dầu thực vật: 2 muỗng canh

HƯỚNG DẪN:

a) Trộn nước dùng, rượu sherry, dầu hào, đường nâu và nước tương vào cốc. Để qua một bên.
b) Xả rau bina sau khi rửa sạch.
c) Trên lửa vừa và cao, làm nóng chảo hoặc chảo rán lớn.
d) Khuấy trong 1 đến 2 muỗng canh dầu thực vật, sau đó thêm tỏi và ớt (nếu dùng).
e) Thêm mảnh ớt đỏ (nếu sử dụng).
f) Cho cải bó xôi vào xào trong vài giây.
g) Cho nước sốt vào xào cho đến khi rau muống chín chuyển sang màu xanh đậm.
h) Tắt bếp và nêm nếm để điều chỉnh hương vị.
i) Rưới dầu mè lên trên và rắc các loại hạt xắt nhỏ lên trên.

37. Đậu nành Thái trong cốc bắp cải

Làm cho: 4

THÀNH PHẦN:

- Đậu nành: 1 chén
- Hành tây: ¾ chén, xắt nhỏ
- Tỏi: 2 thìa cà phê, băm nhỏ
- Ớt xanh: 2 thìa cà phê (thái nhỏ)
- Sốt cà chua: 2 muỗng canh
- Rau mùi: 3 muỗng canh (thái nhỏ)
- Nước tương: 2 và ½ muỗng canh
- Sốt cà ri đỏ Thái Lan: 1 muỗng canh
- Giá đỗ: ½ chén
- Đậu phộng: tùy chọn
- Chanh: ¾ nước cốt
- Hành lá: tùy thích
- Rau mùi: xắt nhỏ
- Ớt mảnh: tùy thích

HƯỚNG DẪN:

a) Ngâm đậu nành ít nhất ½ tiếng trong nước, rửa sạch 3-4 lần.

b) Bây giờ vắt chúng để loại bỏ tất cả nước.

c) Đun nóng 1 muỗng canh dầu trong chảo.

d) Nấu hành tây xắt nhỏ trong chảo.

e) Cho tỏi băm nhỏ và ớt xanh,

f) Thêm đậu nành. Nấu cho đến khi nước bốc hơi hết.

g) Thêm nước sốt cà chua, bột cà ri đỏ Thái và nước tương.

h) Thêm một chút hạt tiêu đen và tiếp tục nấu. Bây giờ thêm hành lá và nấu cho đến khi chúng giòn.

i) Rắc hành lá, rau mùi, ớt và một ít đậu phộng rang.

j) Vắt nước cốt chanh và nếm muối.

k) Phục vụ với chén bắp cải nhỏ như một vật trang trí.

38. Khoai lang nướng kiểu Thái và Ube

Làm cho: 4-6

THÀNH PHẦN:

- Khoai lang: 2 củ (gọt vỏ, cắt khối)
- Khoai mỡ: 3-4 củ (màu tím, gọt vỏ và cắt khối)
- Cà rốt lớn: 1 củ (xắt nhỏ/thái lát)
- Dầu dừa/dầu thực vật: 3 muỗng canh
- Ớt cayenne: ½ muỗng cà phê
- Thì là: ¼ muỗng cà phê
- Hạt thì là: 1 muỗng cà phê (để nguyên hạt)
- Xi-rô: 2 muỗng canh (gạo lứt / xi-rô cây thích)
- Muối: để hương vị
- Hạt tiêu đen: để hương vị
- Rau mùi: 1 nắm (tươi xắt nhỏ)
- Ớt đỏ: 1 trái xắt nhỏ (tùy chọn, để trang trí)

HƯỚNG DẪN:

a) Làm nóng lò ở nhiệt độ 350 độ F.

b) Trong một món hầm phẳng, kết hợp các loại rau xắt nhỏ.

c) Rắc hạt thì là, ớt cayenne và thì là lên dầu.
d) Để trộn, quăng tất cả lại với nhau thật kỹ.
e) Đặt đĩa vào lò nướng trong 45 phút sau khi thêm 3 muỗng canh nước.
f) Lấy rau ra khỏi lò khi chúng mềm. Thêm bơ (nếu sử dụng) và rưới xi-rô lên, để chúng trong đĩa nướng.
g) Nêm muối và hạt tiêu và trộn đều.
h) Nếm thử và thêm muối nếu cần thiết.
i) Trang trí với rau mùi và ớt (nếu dùng).

SALAD THÁI

39. Salad bông cải xanh ớt kiểu Thái

Làm cho: 4

THÀNH PHẦN:

- Bông cải xanh chần: ½ kg
- Đối với dấm ớt:
- Nước cốt chanh: 1 muỗng canh
- Nước ép lựu: 1 muỗng canh
- Đường thốt nốt: ½ muỗng cà phê
- Hạt cải vàng giã nhỏ: 1 muỗng cà phê
- Ớt khô bào: ¼ muỗng cà phê
- Tỏi băm nhỏ: 1 thìa cà phê
- Dầu ăn: 1 muỗng canh
- Màu cam phân đoạn: 1
- Đối với topping sữa đông:
- Hưng sữa đông: 2 muỗng canh
- Vỏ cam nạo: 1
- Nước cam: 2 muỗng canh
- Giấm: 1 muỗng canh
- Cà chua nghiền: 1 muỗng cà phê

- Đường, muối, tiêu: 1 muỗng cà phê

HƯỚNG DẪN:

a) các thành phần vinaigrette trong một bát trộn.

b) Đặt sang một bên trong 2–3 giờ.

c) Kết hợp topping pho mát với các thành phần và nêm cho vừa ăn.

d) Quăng bông cải xanh với giấm và phủ nước sốt sữa đông và phần cam lên trên ngay trước khi ăn.

40. Gỏi Bưởi Thái Lan

Làm cho: 2

THÀNH PHẦN:

- Ớt đỏ (khô và tươi)
- Hành tây: 4 muỗng canh, băm nhỏ
- Tỏi: 1 muỗng canh, băm nhuyễn
- Hành tím: 2 muỗng canh
- Đường: ½ muỗng cà phê
- Dừa nạo: ¾ chén
- Nước mắm chay: tùy khẩu vị
- Nước cốt chanh: tùy khẩu vị
- Đậu phộng: ½ chén
- Me cô đặc hoặc bột giấy: 1 muỗng canh
- Bưởi: 1,5 lb
- Dầu dừa: ½ muỗng cà phê
- Rau mùi: một nắm tươi

HƯỚNG DẪN:

a) Ớt sừng khô đem rang khô, sau đó trộn với một ít hành tỏi để tạo thành hỗn hợp sền sệt.
b) Cho mắm ruốc, đường, nước cốt chanh, me, nước mắm chay vào nồi đun đến khi đường tan hết.
c) Để nước sốt nguội khi bạn chuẩn bị món salad.
d) Rang khô dừa vụn trong vài phút trước khi chuyển sang đậu phộng.
e) Trong một ít dầu, chiên hẹ và tỏi cho đến khi giòn, sau đó để ráo trên giấy bếp.
f) Chuẩn bị bưởi của bạn bằng cách loại bỏ thịt và đặt nó vào một bát trộn lớn.
g) Thêm một ít bột ớt đỏ mới, đậu phộng rang, một ít tỏi và hẹ, và nước sốt vừa đủ để che bất cứ thứ gì. Hãy nhúng tay vào và nhẹ nhàng kết hợp mọi thứ!
h) Phục vụ ngay lập tức, bên trên với một ít lá rau mùi xé và phần còn lại của hẹ và tỏi.

41. Salad trái cây Thái Lan

Làm cho: 6

THÀNH PHẦN:

- Dứa khối: 1 cốc (tươi/đóng hộp)
- Chuối: 1 quả, thái lát
- Xoài: 1 chén (gọt vỏ và cắt khối)
- Vải thiều: 1 cốc (tươi/đóng hộp)
- Khế: 1 quả (bóc vỏ, thái lát)
- Dâu tây: 2 cốc

CHO TRANG PHỤC:

- Nước cốt dừa: ¼ chén
- Nước cốt chanh: 1 muỗng canh (mới vắt)
- Đường: 3 muỗng canh

HƯỚNG DẪN:

a) Trong một cái cốc, trộn các nguyên liệu làm sốt với nhau cho đến khi đường tan hết.

b) Trong một bát trộn, kết hợp tất cả các loại trái cây tươi. Quăng trái cây với nước sốt để kết hợp hoàn toàn.

c) Trong một món ăn phục vụ, múc salad trái cây.
d) Trang trí bằng một lát khế ngay trước khi ăn.

42. Gỏi hải sâm

Làm cho: 1 phần ăn

THÀNH PHẦN:

- 4 chén bông cải xanh và súp lơ trắng
- 3 chén Giá đỗ, chia nhỏ
- 2 củ hành xanh, thái lát mỏng
- 2 củ cà rốt, thái lát chéo
- ½ chén nước sốt
- 2 muỗng canh hành lá và đậu phộng thái nhỏ
- 1 thìa cà phê gừng xay
- Nước cốt và vỏ của 1 quả chanh

HƯỚNG DẪN:

a) Trong tô lớn, xếp bông cải xanh, ½ giá đỗ, súp lơ trắng, giá đỗ còn lại và hành lá. Sắp xếp cà rốt thái lát xung quanh mép của món salad. Thư giãn trong 2 giờ.

b) Trộn các thành phần còn lại.

c) Ngay trước khi phục vụ, đổ nước sốt lên trên món salad, tránh cà rốt.

d) Rắc thêm hành lá xắt nhỏ và đậu phộng để trang trí.

43. Salad dưa leo sa tế

Làm cho: 6 phần ăn

THÀNH PHẦN:

- 2 chén dưa chuột
- 2 ớt vừa, thái lát mỏng
- ¼ chén củ hành đỏ, thái lát mỏng
- ¾ chén giấm
- 10 muỗng canh Đường
- 1 muỗng cà phê muối

HƯỚNG DẪN:

a) Gọt vỏ, bỏ hạt và làm tư quả dưa chuột theo chiều dọc, sau đó cắt thành những miếng dài ⅛ inch.

b) Kết hợp giấm, đường và muối trong một cái chảo nhỏ.

c) Nấu trên lửa nhỏ cho đến khi đường và muối tan hết.

d) Hủy bỏ từ nhiệt và mát mẻ. Khuấy ớt, hành tây và dưa chuột.

e) Ăn với sa tế thịt và nước sốt đậu phộng.

44. Gỏi đu đủ xanh Thái Lan

Thực hiện: 4 phần ăn

THÀNH PHẦN:

- ½ cân đu đủ xanh
- 1 tép tỏi
- 2 quả ớt đỏ; gieo hạt
- 1 quả cà chua; cắt thành dải
- 2 muỗng canh Nước mắm
- 3 muỗng canh nước cốt chanh
- Lá xà lách hoặc bắp cải hình vuông
- 1 Vôi; cắt thành nêm
- ớt sừng đỏ; không bắt buộc

HƯỚNG DẪN:

a) Gọt vỏ và hạt đu đủ; xé nhỏ. Xay tỏi và ớt đỏ trong máy xay thực phẩm hoặc cối.

b) Trộn đều đu đủ, cà chua, nước mắm và nước cốt chanh; thêm vào hỗn hợp tỏi và quăng nhẹ.

c) Cho một phần hỗn hợp đu đủ lên lá rau diếp hoặc bắp cải vuông và đóng thành gói để ăn. Phục vụ với nêm chanh.

d) Trang trí với ớt đỏ.

45. Salat dứa dưa chuột d

Thực hiện: 4 phần ăn

THÀNH PHẦN:

- 1 quả dưa chuột không hạt
- ½ quả dứa tươi
- 1 củ hành tím
- 1 bó cải xoong
- ¼ chén nước cốt chanh
- 2 muỗng canh nước tương
- 1 muỗng canh Đường cát
- ¼ muỗng cà phê tương ớt Trung Quốc; hoặc ớt khô
- 2 thìa Bạc hà tươi; băm nhỏ

HƯỚNG DẪN:

a) Cắt dưa chuột theo chiều dọc làm tư. Cắt mỗi phần tư thành lát ¼ inch.

b) Gọt vỏ dứa và cắt làm tư. Loại bỏ lõi. Cắt mỗi phần tư thành ½ và cắt thành lát ½ inch.

c) Cắt hành tím thành ½ và cắt lát mỏng mỗi ½.

d) Loại bỏ cuống dày của cải xoong và lá dự trữ.

e) Cho dưa chuột, dứa, hành tây và lá cải xoong vào tô. trong một bát khác, kết hợp nước cốt chanh, nước tương, đường và tương ớt.

f) Đổ salad và quăng với nhau.

g) Dọn ra đĩa.

SÚP VÀ Hầm THÁI

46. Canh Tom Yum Thái chay

Làm cho: 4

THÀNH PHẦN:

- Nước dùng rau củ: 5-6 chén
- Sả: 1-2 nhánh, băm nhuyễn
- Nguyên lá chanh makrut :3
- Ớt đỏ: 1-2 quả, thái lát
- Tỏi: 4 tép, băm nhuyễn
- Riềng/gừng: 1 củ, cỡ ngón tay cái, thái lát mỏng
- Nấm: 1 chén (tươi và thái lát)
- Baby bok choy: 2 chén (lá, xắt nhỏ)
- Cà chua bi: 1 chén
- Nước cốt dừa: ½ lon
- Đường nâu: 1 muỗng cà phê
- Nước tương: 3-4 muỗng canh
- Nước cốt chanh: 1 muỗng canh, tươi
- Đậu phụ mềm: 1-2 chén (khối)
- Húng quế: ½ chén (tươi, xắt nhỏ để trang trí)

- Lá rau mùi: ⅓ chén (tươi, xắt nhỏ để trang trí)

HƯỚNG DẪN:

a) Đổ đầy nước dùng vào nồi súp.

b) Cho tỏi, lá chanh, riềng hoặc gừng, sả, ớt vào chảo. Đun sôi nước dùng cho đến khi nó rất thơm.

c) Cho nấm vào và nấu cho đến khi mềm.

d) Thêm bok choy và cà chua bi.

e) Giảm nhiệt độ thấp và khuấy trong nước cốt dừa, nước cốt chanh, đường và nước tương.

f) Nhẹ nhàng khuấy trong đậu phụ mềm. Hương vị món ăn và thực hiện bất kỳ điều chỉnh cần thiết.

g) Múc canh ra bát, rắc húng quế và rau mùi lên trên để ăn kèm.

47. Hủ tiếu rau củ sả

Làm cho: 8

THÀNH PHẦN:

- Bún gạo: 1 chén
- Rau củ: 2 phần tư
- Sả: ½ chén
- Gừng tươi: 2 muỗng canh (tươi và băm nhỏ)
- Cà rốt: 1 chén (xúc xắc nhỏ)
- Bông cải xanh: 1 chén (cành nhỏ)
- Bok Choy: 1 chén (cắt vừa)
- Nước cốt dừa: 2 cốc (đóng hộp)
- Đậu phụ: 14 lạng/1 gói (để ráo nước và cắt khối)
- Nước tương: 1 chén (giảm natri)
- Húng quế tươi: ½ chén (trang trí)
- Sriracha: 4 lạng
- Vỏ chanh: tùy chọn

HƯỚNG DẪN:

a) Cho nước dùng, cà rốt, gừng và sả vào nồi súp. Đun sôi.
b) Thêm cải thìa và bông cải xanh đã cắt nhỏ vào nước dùng và nấu cho đến khi rau mềm nhưng vẫn có màu sắc sống động.
c) Đổ nước cốt dừa vào.
d) Thêm đậu phụ và khuấy nhẹ.
e) Đổ nước tương vào. Khuấy cho đến khi nó được trộn đều.
f) Đun sôi một nồi nước lớn, tắt lửa và cho mì vào nước nóng. Để mì mềm trong 5-8 phút. Xả nước và đặt nó sang một bên.
g) Quăng 1 chén mì gạo vào bát với súp và, nếu muốn, nước sốt sriracha, vỏ chanh và húng quế tươi.

48. Súp dừa bí đỏ kiểu Thái

Làm cho: 6

THÀNH PHẦN:

- Bơ không muối: 1 muỗng canh
- Hành tây: 1 củ vừa, thái hạt lựu
- Tỏi: 4 tép, băm nhuyễn
- Bột cà ri vàng: 1 muỗng cà phê
- Puree bí ngô: 2 ¼ chén
- Nước luộc rau: 2 và ½ cốc Nước cốt dừa không đường: 1 lon (13,5 oz)
- Kem chua: để phục vụ
- Hạt bí ngô: để phục vụ

HƯỚNG DẪN:

a) Trong một chảo xào vừa trên lửa vừa thấp, làm tan chảy bơ.

b) Nấu, khuấy thường xuyên cho đến khi hành tây trong mờ, thêm tỏi, bột cà ri và hành tây.

c) Trong máy xay sinh tố, thêm hỗn hợp, nước ép bí ngô và nước luộc rau và trộn cho đến khi mịn.

d) Trong một nồi kho lớn đặt trên lửa vừa, đổ súp và đánh bông nước cốt dừa.

e) Nấu, khuấy thường xuyên cho đến khi súp được làm ấm hoàn toàn.

f) Nêm muối và hạt tiêu cho vừa ăn.

g) Chia súp thành các bát và phủ kem chua và hạt bí ngô xắt nhỏ lên trên khi sẵn sàng ăn.

49. canh cơm

Làm cho: 4

THÀNH PHẦN:

- Nước rau ít natri: 500 ml
- Củ cải bảo quản cắt nhỏ: 2 muỗng canh
- Tương trắng/xì dầu Thái: 1 muỗng canh
- Mắm nêm Thái: 1 muỗng canh
- Tiêu trắng xay: ¼ muỗng cà phê
- Cơm gạo hoa nhài nấu chín còn sót lại: khoảng 1 chén
- Đậu phụ viên: ¼ - ½ chén
- Cần tây xắt nhỏ: 2-3 muỗng canh
- Hành lá thái nhỏ: 1 muỗng canh
- Rau mùi tươi, đại khái xắt nhỏ: 1 muỗng canh
- Tỏi phi, chiên dầu: 1 muỗng canh
- Nước mắm chay pha ớt sừng

HƯỚNG DẪN:

a) Cho củ cải muối, mắm nêm, tiêu trắng, nước tương, gạo thơm vào nồi nước dùng đang sôi.
b) Thêm cần tây Trung Quốc và đậu phụ sau 5 phút đun nhỏ lửa.
c) Nấu thêm 2-3 phút trước khi múc vào tô trộn rộng.
d) Trang trí với rau mùi tươi, hành lá và tỏi giòn.
e) Dùng nóng với giấm ớt, tiêu trắng, đường và nước mắm (thuần), ớt tươi tùy theo khẩu vị.

50. Súp lơ nấm kiểu Thái

Làm cho: 8 phần ăn

THÀNH PHẦN:

- 2 muỗng cà phê Dầu thực vật
- 1 inch riềng tươi, băm nhỏ Hoặc dùng gừng tươi
- 3 Hành lá, xắt nhỏ
- 2 muỗng canh Sả, xắt nhỏ
- ½ pound Nấm, thái lát
- ¾ pound Súp lơ tươi, cắt nhỏ
- 1 lít nước dùng gà
- 2 muỗng canh sốt cà ri đỏ Thái
- 1 muỗng cà phê muối
- hạt tiêu đen để hương vị
- 8 lát chanh
- ½ cốc sữa chua nguyên chất
- Lá húng quế

HƯỚNG DẪN:

a) Trong một cái chảo lớn, đun nóng dầu và xào gừng, hành lá và sả trong vài phút.
b) Thêm nấm và chiên 2 phút.
c) Thêm súp lơ, nước dùng, bột cà ri đỏ, muối và hạt tiêu.
d) Đun sôi. Giảm nhiệt và đun nhỏ lửa, đậy nắp, trong 8 đến 10 phút hoặc cho đến khi súp lơ mềm.
e) Mỗi lần cho khoảng 2 cốc hỗn hợp vào cối xay sinh tố. Đậy nắp và đập cho đến khi được trộn thô (để lại một vài khối). Đổ vào tô hoặc chảo lớn khác. Lặp lại với hỗn hợp còn lại.
f) Ăn nóng, trang trí với một lát chanh mỏng, một ít sữa chua và lá húng quế thái sợi.

TRÁNG MIỆNG THÁI

51. Tráng Miệng Xôi Xoài Thái Lan

Làm cho: 6

THÀNH PHẦN:

- Gạo nếp: 1 và ½ chén
- Chén nước cốt dừa không đường: 1 ⅓ chén
- Đường cát: ½ chén
- Muối: ¼ muỗng cà phê
- Hạt mè: 1 muỗng canh (nướng nhẹ)
- Xoài lớn: 1 quả (bóc vỏ, bỏ hột)

HƯỚNG DẪN:

a) Trong nước lạnh, ngâm gạo trong 30 phút.

b) Trong một cái chảo lớn, kết hợp gạo và 2 cốc nước. Đun sôi, đậy nắp.

c) Giảm nhiệt và nấu trong 15-20 phút cho đến khi nước bắt đầu sôi.

d) Trong một nồi khác, thêm 1 chén nước cốt dừa và ¼ chén đường. Nấu cho đến khi đường tan.
e) Thêm hỗn hợp từ từ lên cơm đã nấu chín và để yên trong 30 phút. Chuẩn bị nước sốt
f) Nấu phần đường và nước cốt dừa còn lại trong nồi nhỏ trên lửa nhỏ trong khoảng 10-15 phút.
g) Dọn xôi ra đĩa với xoài thái lát hoặc khối vuông, rưới nước cốt dừa lên trên và rắc vừng rang lên trên.

52. Món tráng miệng của nhạc sĩ

Làm cho: 4

THÀNH PHẦN:

- Hạt phỉ: 1 nắm
- Hạt thông: 1 nắm
- Hạnh nhân: 1 nắm
- Quả óc chó: 1 nắm
- Quả mơ khô: 1 quả
- một nắm đầy tay
- Nho khô: 1 nắm
- Sung khô: 1 nắm
- Mận khô: 1 nắm

HƯỚNG DẪN:

a) Đặt từng nắm trái cây hoặc hạt lên đĩa phục vụ, được nhóm theo loại.

53. Món Tráng Miệng Kem Bơ

Làm cho: 4

THÀNH PHẦN:

- Bơ: 2 (quả lớn chín)
- Vôi: 1 (lớn)
- Muỗng canh đường bột: 5 muỗng canh (đã rây)
- Lá bạc hà: nhỏ
- Lát chanh: mỏng

HƯỚNG DẪN:

a) Cắt quả bơ làm ½ chiều dài, loại bỏ các st1 và bóc vỏ.

b) Trong một bộ xử lý thực phẩm, cắt bột giấy thành miếng nhỏ và xay nhuyễn.

c) Để tránh đổi màu, hãy trộn hỗn hợp nhuyễn với một ít hoặc toàn bộ nước cốt chanh và làm ngọt bằng đường bột. Khuấy đều.

d) Trang trí với lát chanh và lá bạc hà.

54. Cơm tráng miệng kiểu Thái

Làm cho: 4

THÀNH PHẦN:

- Nước cốt dừa: 1 ⅔ cốc
- Nước: 1 ⅓ cốc
- Gạo hạt ngắn: 1 cốc rưỡi
- Đường: 3 muỗng canh
- Muối: 2 muỗng canh
- Xoài Thái: 2 (chín)
- Bạch đào :3

HƯỚNG DẪN:

a) Vớt lớp nước cốt dừa dày ra khỏi hộp, để lại ½ lớp.
b) Đun nước cốt dừa lỏng với nước.
c) Khuấy gạo hạt ngắn, muối và đường.
d) Nấu, đậy nắp, trong 25 phút ở nhiệt độ thấp hoặc cho đến khi gạo mềm.
e) Bây giờ thêm nước cốt dừa vào cơm.

f) Loại bỏ các st1 từ 5 nửa quả xuân đào, rửa sạch và cắt đôi. ½ còn lại nên được cắt thành nêm mỏng.
g) Cắt 8 miếng mỏng từ 1 quả xoài. Gọt vỏ và thái hạt lựu xoài còn lại.
h) Chia xôi ra 4 ly lớn, cho trái cây cắt hạt lựu lên trên, dùng kèm trái cây nêm.

55. Pudding nhỏ sốt dừa ngọt

Làm cho: 6

THÀNH PHẦN:

- Dứa: 110g (khối nhỏ)
- Bột mì tự nở: 125g
- Đường nâu mềm: 75g
- Cơm dừa nạo sấy: 15g
- trứng: 2
- Dầu oliu: 3 muỗng canh
- Bột nở: ½ muỗng cà phê
- Bột quế: ½ muỗng cà phê
- Nước ép dứa: 130ml

CHO NƯỚC DỪA NGỌT

- Nước cốt dừa: 100ml
- Đường: 30g
- Bơ: 20g

HƯỚNG DẪN:

a) Làm nóng lò ở 180 độ F.

b) Dừa nạo ngâm trong nước lá dứa 1 tiếng.

c) Trong một cái bát, đánh trứng, đường và dầu bằng máy đánh trứng cho đến khi sủi bọt.

d) Trong một bát lớn, kết hợp bột mì, dừa nạo sấy khô, quế, dứa, bột nở và nước trái cây.

e) Chia hỗn hợp giữa các khuôn. Nướng cho đến khi nó chuyển sang màu nâu vàng (20-25 phút).

f) Lấy khuôn ra khỏi lò. Để nguội.

g) Làm nước sốt, đun chảy bơ trong chảo, sau đó khuấy đều đường và nước cốt dừa.

h) Đun nhỏ lửa cho đến khi nước sốt đặc lại.

i) Lấy những chiếc bánh nhỏ ra khỏi khuôn. Lật nó lại và rưới nước sốt dừa ngọt lên trên. Kinh ngạc!

56. Dứa rán kiểu Thái

Làm cho: 4

THÀNH PHẦN:

- 3 chén dứa đóng hộp
- Bột chiên xù: 1 gói
- Dầu ăn: 2 chén
- Mật ong: ½ muỗng canh
- Kem vani: 2 cốc rưỡi

HƯỚNG DẪN:

a) Gọt vỏ dứa và thái hạt lựu thịt.

b) Làm bột với bột tempura theo hướng dẫn trên bao bì.

c) Đặt các khối dứa vào bột, đảm bảo rằng mỗi khối đều được phủ đầy.

d) Trong chảo, đun nóng dầu và chiên các miếng cho đến khi vàng.

e) Dọn dứa rán nóng với kem và mật ong ra đĩa.

57. kem xoài Thái Lan

Làm cho: 6

THÀNH PHẦN:

- Xoài: 2 (tươi, chín)
- Đường trắng: 1 chén
- Nước cốt dừa: 3 muỗng canh
- Nước cốt chanh: 1 muỗng cà phê
- Kem tươi: 1 cốc

THÀNH PHẦN:

a) Gọt vỏ và cắt lát xoài.

b) Trong một bộ xử lý thực phẩm, đặt trái cây — Blitz trong 1 phút với đường.

c) Đổ nước cốt dừa và nước cốt chanh với nhau trong vài giây để trộn đều.

d) Đổ hỗn hợp xoài xay nhuyễn ra bát.

e) Đổ kem đánh bông vào máy xay thực phẩm hoặc máy xay ½ đường. Đánh bông kem cho đến khi tạo thành các đỉnh cứng hoặc rất cứng.

f) Đánh bông xoài xay nhuyễn với kem đã đánh bông trong 5 đến 10 giây hoặc cho đến khi đạt được độ đặc của kem xoài.
g) Đổ đầy hỗn hợp vào bồn kem và để đông lạnh ít nhất 6-8 giờ.
h) Múc vào c1s kem hoặc phục vụ trong bát.

58. Món Tráng Miệng Chuối Vải Nước Dừa

Làm cho: 2-3

THÀNH PHẦN:

- chuối chín: 2 quả nhỏ
- Nước cốt dừa: 1 lon (thường hoặc nhạt)
- Đường nâu: ¼-⅓ cốc
- Muối nhúm: 1 nhúm
- Vải: tám-mười (tươi hoặc đóng hộp)

HƯỚNG DẪN:

a) Gọt vỏ chuối và cắt chúng thành lát 2 inch.

b) Trong một cái chảo, đun nóng nước cốt dừa trên lửa vừa.

c) Khuấy đường và muối cho đến khi chúng được hòa tan hoàn toàn.

d) Thêm ¼ chén đường. Cho thêm một chút nếu thích ngọt hơn.

e) Thêm chuối và vải thiều. Khuấy cho đến khi chuối và vải được làm ấm hoàn toàn (1 đến 2 phút).

f) Phục vụ lạnh hoặc ấm.

59. Khế sốt xoài cam

Làm cho: 2-3

THÀNH PHẦN:

- Khế: 1 quả chín (tươi, gọt vỏ, bỏ hạt và thái lát)
- Nước cam: 1 cốc
- Xoài: 1 quả chín, tươi
- Đường nâu: ¼ chén
- Nước cốt dừa: 1 chén
- Hạt lựu/quả anh đào: một nắm, tươi

HƯỚNG DẪN:

a) Xếp các lát khế vào nồi trên bếp lửa.

b) Thêm nước cam vào hỗn hợp. Vặn lửa to và liên tục khuấy cho đến khi nước bắt đầu sôi.

c) Giảm nhiệt xuống thấp và để nước sôi trong 10 phút.

d) Trong máy xay, xay nhuyễn xoài. Xay cho đến khi hỗn hợp mịn và nhuyễn.

e) Khi khế gần d1 thì cho đường/bột ngọt vào trộn đều cho tan.

f) Lấy nồi ra khỏi ngọn lửa.

g) Khuấy xoài xay nhuyễn cho đến khi nó được kết hợp hoàn toàn. Điều chỉnh lượng đường theo ý thích của bạn.

h) Xếp 3 lát khế vào mỗi đĩa với đủ nước sốt phủ kín trái khế.

i) Rưới một ít nước cốt dừa lên trên.

60. Kem Sốt Caramen Ớt

Làm cho: 2

THÀNH PHẦN:

- Kem vani: 6 muỗng
- Lá bạc hà/húng quế tươi: trang trí
- Lạc hoặc hạt điều: giã nhỏ hoặc băm nhỏ

CARAMEL SAUCE:

- Tương ớt Thái ngọt: 4 muỗng canh
- Siro lá phong: 4 muỗng canh
- Muối: một nhúm
- Nước cốt chanh: ½ muỗng canh

HƯỚNG DẪN:

a) Trong một cái chảo, kết hợp tất cả các thành phần nước sốt.

b) Đặt chảo trên lửa vừa và liên tục khuấy trong 1 phút.

c) Trong mỗi bát phục vụ, đặt 2 đến 3 muỗng kem vani.

d) Bây giờ hãy múc nước sốt ấm lên trên, chia đều.

e) Phục vụ ngay và thưởng thức.

61. Chuối Thái nước cốt dừa

Làm cho: 2

THÀNH PHẦN:

- Chuối: 2 quả (bóc vỏ, thái khoanh dày)
- Nước cốt dừa: 180ml
- 1½ muỗng canh Hạt vừng trắng
- Đường trắng: 90g
- Nước: 120ml
- Muối: ½ muỗng cà phê

HƯỚNG DẪN:

a) Trộn đường và nước trong nồi trên lửa vừa cho đến khi đường tan.

b) Nấu trong 10 phút sau khi thêm chuối thái lát.

c) Lấy chuối ra khỏi nồi.

d) Thêm nước cốt dừa, hạt mè và ½ muỗng cà phê muối vào cùng một cái chảo.

e) Đun sôi, sau đó tắt lửa.

f) Rưới nước cốt dừa lên chuối và rắc mè trắng lên trên. Phục vụ ngay lập tức.

62. Pudding khoai mì dừa Mang o

Làm cho: 6

THÀNH PHẦN:

- Nước cốt dừa: 2 lon
- Bột sắn dây: ¼ chén
- Dừa không đường: ½ chén (cắt nhỏ)
- Mật ong: 2 muỗng canh
- Xoài tươi: 1 quả (bóc vỏ, xắt nhỏ)
- Vỏ chanh: 1

HƯỚNG DẪN:

a) Trong một cái chảo, đun nước cốt dừa trên lửa vừa cho đến khi sôi.

b) Thêm khoai mì và dừa vụn, nấu trong 15 phút, khuấy thường xuyên.

c) Kết hợp mật ong và đặt hỗn hợp trong tủ lạnh để thiết lập.

d) Đặt những miếng xoài, một giọt mật ong và vỏ chanh lên trên bánh pudding bột sắn trong bát. Chúc vui vẻ!

63. chả giò chuối

Làm cho: 8

THÀNH PHẦN:

- Chuối lớn: 2
- Giấy gói chả giò: tám ô vuông
- Đường nâu: 1 chén
- Dầu: để chiên ngập dầu

HƯỚNG DẪN:

a) Làm nóng dầu trong nồi chiên sâu.
b) Chuối nên được gọt vỏ và cắt ½ theo chiều dọc.
c) Đặt 1 lát chuối theo đường chéo quanh góc của gói nem và Rắc đường nâu vừa ăn.
d) Tiếp tục cuộn từ góc vào giữa, gấp các góc trên và dưới khi bạn di chuyển. Chải cạnh cuối cùng bằng ngón tay nhúng vào nước để bịt kín. Lặp lại với phần còn lại của lát chuối.
e) Chiên từng cuộn chuối một lúc cho đến khi chúng chín vàng đều trong dầu nóng. Phục vụ ấm hoặc ướp lạnh.

64. Bánh chuối hấp kiểu Thái

Làm cho: 6

THÀNH PHẦN:

- Dừa bào sợi: 1 gói
- Muối: ¼ muỗng cà phê
- Bột gạo: ½ chén
- Bột năng: ¾ chén
- Tinh bột dong riềng: ½ muỗng canh
- Kem dừa không đường: 1 cốc
- Đường trắng: ½ chén
- Chuối chín: 1 pound (nghiền)
- Nước cốt dừa: ½ chén

HƯỚNG DẪN:

a) Trong một cái cốc, trộn dừa và ¼ muỗng cà phê muối; để qua một bên.

b) Trong một bát trộn lớn, rây bột gạo, tinh bột dong riềng và bột sắn.

c) Trộn kem dừa và khuấy trong ít nhất 10 phút.
d) Sau đó cho đường vào khuấy đều cho đường tan hết.
e) Trộn đều chuối nghiền.
f) Trộn đều nước cốt dừa và ⅛ muỗng cà phê muối.
g) Đổ bột vào khay nướng (hình vuông) hoặc cốc giấy nhôm. Trang trí với dừa đã được đặt sang một bên.
h) Đun sôi khoảng 1 ½ inch nước trong nồi hấp có rổ lớn; hấp bánh trong nước sôi từ 20 đến 25 phút cho đến khi bánh chín.

65. Đá bào tráng miệng - Kiểu Thái

Làm cho: 1

THÀNH PHẦN:

- Hạt húng quế khô: 1 muỗng canh
- Đá bào: 1 cốc
- Croutons / bánh mì miếng chunky: 10 gram
- 3 muỗng canh Sữa đặc

HƯỚNG DẪN:

a) Ngâm hạt húng quế khô trong 30 phút trong ½ cốc nước ấm.

b) Trong một cái bát, xếp bánh mì nướng, hạt húng quế đã ngâm và đá để làm món tráng miệng.

c) Đổ lượng xi-rô mong muốn của bạn lên đá và rưới sữa đặc lên trên.

ĐỒ UỐNG THÁI

66. Nước Chanh Ớt Thái

Làm cho: 4-6

THÀNH PHẦN:

- Vải thiều: 1 và ½ cốc, bóc vỏ và bỏ hạt
- Nước trái cây tươi: 1 cốc
- Đường: ¾ cốc
- Muối: một nhúm
- Ớt Thái đỏ: ½ trái nhỏ
- Nước lạnh: 3 cốc
- Đá: 1 lít

HƯỚNG DẪN:

a) Trong máy xay sinh tố, kết hợp 1 cốc vải thiều, muối, nước cốt chanh, ớt Thái và đường.

b) Xay ở tốc độ cao trong 1 phút hoặc cho đến khi mịn.

c) Lọc vào bình bằng lưới lọc mịn.

d) Trộn trong nước lạnh với một cái đánh trứng.
e) Thêm phần thịt vải thiều còn lại vào bình, cắt thành các phần ¼ inch.
f) Thêm đá và phục vụ trong ly đầy đá với ớt nguyên hạt bên trên nếu muốn.

67. Tom Yum Cocacola

Làm cho: 1

THÀNH PHẦN:

- Cocacola: 200ml
- Nước cốt chanh: 2 muỗng cà phê
- Ớt đỏ băm nhỏ: ¼ muỗng cà phê (xắt nhỏ)
- Mùi tây: 2 lá
- Lá chanh Kaffir: 1 (thái nhỏ)
- Sả: 1 cọng
- Muối: 1 nhúm

HƯỚNG DẪN:

a) Trong ly thủy tinh, kết hợp lá chanh Kaffir, rau mùi tây, ớt, nước cốt chanh, muối và nhiều đá.

b) Đổ Coca-Cola vào một cái chai.

c) Khuấy tất cả các thành phần với sả.

d) Phục vụ với một vài lá mùi tây như một trang trí.

68. Chè lá dứa sả

Làm cho: 2

THÀNH PHẦN:

- Sả: 6-8 nhánh
- Lá dứa: để nguyên
- Đường: 1 cốc
- Nước: 2 lít

HƯỚNG DẪN:

a) Cắt nhỏ sả và lá dứa rồi đun sôi với 1 lít nước trong khoảng 5 phút.

b) Sau khi loại bỏ các loại thảo mộc, thêm đường và hòa tan hoàn toàn. Cho vào nước lạnh cho đến khi trà còn 2 lít.

c) Cho phép làm mát hoàn toàn sau khi lấy ra khỏi nguồn nhiệt.

d) Lọc trà qua lưới lọc mịn hoặc vải lọc.

e) Trang trí bằng cọng sả tươi trong ly và dùng kèm với đá bào.

69. Lychee Champagne Cocktail

Làm cho: 6

THÀNH PHẦN:

- Siro vải thiều: 425g(đóng hộp)
- Rượu sâm panh/rượu sủi tăm

HƯỚNG DẪN:

a) Xay 425g vải đóng hộp trong xi-rô cho đến khi mịn.

b) Đóng băng cho đến khi rắn trong lọ nhựa. Rót rượu sâm panh hoặc rượu sủi tăm lên vải thiều đông lạnh trong ly sâm panh.

70. Cocktail Sả Gừng Thái Lan

Làm cho: 2

THÀNH PHẦN:

- Lá húng Thái :3
- Đường: ½ muỗng cà phê
- Vodka ngâm sả: 2 ounce
- 1 ounce rượu mùi gừng
- Nước ép bưởi: 2 lạng
- Nước cốt chanh: 1 muỗng cà phê
- Khối nước đá
- Seltzer

HƯỚNG DẪN:

a) Kết hợp lá húng quế và đường trong hỗn hợp cho đến khi lá húng quế được nghiền kỹ.

b) Khuấy rượu vodka, nước cốt chanh, rượu mùi và nước ép bưởi.

c) Lọc và rót vào 2 ly.

d) Đổ đầy đá vào ½ ly, sau đó cho seltzer lên trên. Trang trí với một nhánh húng quế Thái hoặc một nhánh sả.

71. Húng quế Thái Daiquiri

Làm cho: 2

THÀNH PHẦN:

- Lá húng quế Thái Lan: 10 lá lớn
- Xi-rô đơn giản: 1 và một ½
- ounce
- Nước cốt chanh: 2 lạng
- Rượu rum trắng: 4 ounce
- Muối: một nhúm

HƯỚNG DẪN:

a) Trong máy xay sinh tố, kết hợp tất cả các thành phần và trộn cho đến khi mịn.
b) Đổ đầy ½ bình lắc cocktail bằng đá, sau đó đổ hỗn hợp đã trộn vào và lắc cho đến khi nguội hoàn toàn.
c) Lọc vào 2 ly cocktail bằng lưới lọc mịn. Phục vụ

72. nước chanh Thái

làm cho: 3

THÀNH PHẦN:

- Chanh thường: 2
- Nước chanh cô đặc: ⅔ cốc (đông lạnh)
- Xi-rô đơn giản lạnh: ½ cốc
- Lá bạc hà: 6, tươi
- nhánh bạc hà :3
- Ớt Thái: 1 quả
- Muối biển: ¼ muỗng cà phê

HƯỚNG DẪN:

a) Cắt đôi quả chanh, cắt bỏ lõi trắng và hạt.

b) Thêm 3 cốc đá viên, lá bạc hà, muối biển, nước chanh cô đặc đông lạnh, chanh ớt và xi-rô đơn giản vào máy xay sinh tố.

c) Khuấy cho đến khi mịn hoàn toàn, khuấy thường xuyên.

d) Đổ ra ly và trang trí bằng một nhánh bạc hà. Phục vụ ngay.

73. Pina Colada kiểu Thái

Làm cho: 2

THÀNH PHẦN:

- Nước cốt dừa không đường: 1 lon
- Nước ép dứa: 1 cốc
- Rượu rum nhẹ: 4 ounce
- Đường: ½ cốc
- Đá viên: 4 cốc

HƯỚNG DẪN:

a) Trong một hộp đựng máy xay sinh tố, trộn nước cốt dừa, rượu rum, đường và nước ép dứa.

b) Trộn trên cao cho đến khi mịn hoàn toàn.

c) Thêm đá và trộn cho đến khi nó tạo thành một hỗn hợp sệt.

d) Đổ vào ly. Phục vụ ngay.

74. Trà đá Thái Lan

Làm cho: 2

THÀNH PHẦN:

- Rooibos lỏng lẻo: 2
- muỗng canh
- Nước sôi: 2 chén
- Chiết xuất hạnh nhân: ⅛ muỗng cà phê
- Stevia: mười hai giọt
- Đá viên: hai mươi
- Nước cốt dừa: ½ chén (còn nguyên chất béo)

HƯỚNG DẪN:

a) Đổ trà lỏng vào cốc đo 2 cốc.

b) Đổ nước nóng vào trà; ngâm trong 15 phút với chiết xuất hạnh nhân và cỏ ngọt.

c) Đổ đầy 2 ly lớn với đá viên,

d) Lọc trà, và rót vào ly.

e) Thêm nước cốt dừa và phục vụ.

75. Trà Thái Chanh

Làm cho: 1

THÀNH PHẦN:

- Hỗn hợp trà Thái: 1 muỗng cà phê
- Nước đun sôi; 1 cái ly
- Nước cốt chanh: 2 muỗng cà phê
- Mật ong nguyên chất: 2 thìa cà phê
- Khối nước đá
- Chanh cắt lát: để trang trí

HƯỚNG DẪN:

a) Ngâm hỗn hợp trà Thái trong vài phút trong nước sôi và lọc.
b) Thêm nước cốt chanh và mật ong.
c) Hương vị và điều chỉnh dựa trên sở thích cá nhân.
d) Đổ đầy đá vào ly cao và rót trà chanh Thái vào.
e) Phục vụ với lát chanh trên đầu trang.

NỒI THÁI LAN

76. Cơm Chiên Dứa

Làm cho: 4

THÀNH PHẦN:

- 3 muỗng ăn dầu oliu
- ½ quả dứa xắt nhỏ
- 3 chén Khao Dum (gạo lứt), vo sạch
- 5 cốc nước
- 3 thìa nước tương
- 1 tép hành hẹ thái lát
- 1 củ hành tây thái lát
- 2 muỗng cà phê bột tiêu đen
- 2 củ cà rốt, xắt nhỏ
- 1 muỗng canh đậu xanh
- 2 tép tỏi, nghiền nát
- Củ gừng 2cm, khoảng 50g, bào sợi
- 2 quả ớt đỏ, xắt nhỏ
- 2 muỗng canh cà ri

HƯỚNG DẪN:

a) Cho gạo lứt vào nồi ăn liền của bạn và đặt ở chế độ hàn kín

b) Thêm 3 chén nước, cà ri và muối, đun sôi gạo ở áp suất cao trong 5 phút

c) Mở nắp nồi và lấy gạo vào chảo

d) Đổ dầu ô liu vào và đặt nồi tức thì ở chế độ áp chảo

e) Thêm hẹ và hành lá, tỏi, gừng, cà rốt, đậu Hà Lan và dứa

f) Thêm nước còn lại

g) Đổ gạo đã để sang một bên

h) Thêm nước tương và ớt đỏ

i) Đậy nắp nồi liền lại và đậy nắp, để cơm sôi thêm 3 phút nữa

77. Mỳ Ý đậu phộng ăn liền kiểu Thái

làm cho: 3

THÀNH PHẦN:

- 3 quả ớt đỏ thái lát
- 2 quả ớt vàng thái lát
- 3 tép tỏi, nghiền nát
- 1cm củ gừng, khoảng 25g, bào sợi
- 2 muỗng cà phê bột tiêu trắng
- 1 gói mì chính
- 2 muỗng canh nước sốt tamari
- 2 thìa bơ đậu phộng
- Lá húng quế như mong muốn
- Một nắm lá ngò
- 1 thìa nước cốt chanh
- 2 chén nước luộc rau

HƯỚNG DẪN:

a) Đặt nồi liền của bạn ở chế độ áp chảo

b) Đổ bơ đậu phộng, hành, tỏi và gừng vào
c) Đổ nước sốt tamari vào và khuấy trong 2 phút
d) Thêm ớt và tiêu vàng và khuấy thêm một phút nữa
e) Thêm nước dùng rau và nước cốt chanh và khuấy đều
f) Cho mì spaghetti vào và đậy nắp nồi ăn liền của bạn
g) Đặt nồi liền ở cài đặt bịt kín và đun sôi ở áp suất thấp trong 5 phút
h) Mở nồi ngay lập tức và thêm húng quế và rau mùi, trong khi khuấy
i) Dọn món ăn nóng

78. Pad Thái ăn liền chay

làm cho: 3

THÀNH PHẦN:

- 3 muỗng canh dầu đậu phộng
- 2 tép hành tây, thái lát mỏng
- 1 muỗng canh giấm rượu gạo
- 4 tép tỏi, băm nhỏ
- 2cm củ gừng, nạo
- 3 củ cà rốt, thái lát
- 2 quả ớt xanh, thái lát
- Muối và hạt tiêu cho vừa ăn
- Lá húng quế để trang trí như mong muốn
- 1 muỗng canh đường nâu
- 2 muỗng canh nước cốt chanh

HƯỚNG DẪN:

a) Đặt nồi liền của bạn ở chế độ áp chảo

b) Cho dầu lạc, hành, tỏi, gừng vào nồi, đảo đều khoảng 2 phút

c) Thêm cà rốt và ớt xanh, trong khi khuấy

d) Thêm đường nâu và để trong 1 phút

e) Thêm nước cốt chanh

f) Thêm muối và hạt tiêu như mong muốn, và khuấy thêm 5 phút nữa

g) Trang trí với lá húng quế.

h) Có thể ăn nóng hoặc dùng nóng với bún.

79. Tofu Pad Thai Instant Pot

làm cho: 3

THÀNH PHẦN:

- 1 gói Tofu cứng
- 2 quả trứng
- 1 tép hành tây, thái hạt lựu
- 2 muỗng canh giấm rượu vang đỏ
- 2 muỗng canh dừa amino
- 2 muỗng canh dầu mè
- 1 thìa mật ong
- 2 củ cà rốt, thái lát
- ½ quả bí xanh thái lát
- 2 ớt chuông, thái lát
- 3 chén nước luộc rau
- Lá húng quế để trang trí
- Muối và hạt tiêu cho vừa ăn

HƯỚNG DẪN:

a) Đặt nồi liền của bạn ở chế độ xào
b) Thêm dầu mè và để nóng trong 1 phút
c) Thêm hành, tỏi và gừng, khuấy chúng trong khi thêm
d) Cho phép xào trong khoảng 2 phút
e) Thêm đậu phụ và đảo dầu bằng thìa trong 3 phút nữa
f) Đập trứng và đánh tan
g) Đổ đều trứng lên trên đậu phụ và để nó lăn tăn
h) Thêm cà rốt, bí ngòi và ớt chuông vào, đảo thêm 2 phút nữa
i) Đổ mật ong lên đậu phụ và khuấy đều, đảm bảo rằng mật ong được phân bổ đều trên đậu phụ.
j) Tắt nồi tức thời của bạn trong khi bạn thêm nước luộc rau và giấm gạo
k) Đặt nồi liền của bạn ở trạng thái niêm phong và đậy nắp lại
l) Nấu đậu phụ trong 3 phút ở áp suất thấp
m) Ăn kèm với bún

80. Cà ri xanh với đậu phụ

Làm cho: 4

THÀNH PHẦN:

- 1 cốc nước cốt dừa
- 2 chén bột cà ri xanh
- 2 muỗng canh dầu dừa
- 1 gói đậu phụ cứng, cắt thành khối 1 inch
- 2 muỗng canh nước cốt chanh
- muối để hương vị
- 1 nhánh hành hẹ, thái lát mỏng
- Lá húng quế để trang trí
- Rau mùi để trang trí
- Măng tây, thái lát
- 1 củ cà rốt, thái hạt lựu
- 1 muỗng canh đường cát
- 3 muỗng canh nước tương
- 2 muỗng canh ngô ngọt

HƯỚNG DẪN:

a) Trong nồi tức thời của bạn, thêm dầu dừa, sau khi đặt các cài đặt vào xào

b) Thêm vào hành tây bất kỳ bột tỏi xanh nào

c) Sau đó thêm nước cốt dừa và đậu phụ

d) Thêm muối như bạn muốn

e) Thêm đường hạt và đậy nắp nồi ngay lập tức

f) Thay đổi cài đặt thành cài đặt niêm phong và đun sôi trong khoảng 3 phút

g) Đặt cái này sang một bên trong một cái bát

h) Trong nồi ví dụ, thêm aspergillus, cà rốt, ngô ngọt, nước tương và nước cốt chanh và khuấy trong khoảng 5 phút.

i) Đổ hỗn hợp đã chuẩn bị trở lại vào nồi tức thời, trộn nó với các thành phần khác trong quá trình.

j) Cuối cùng thêm lá húng quế và rau mùi.

81. Cơm Dừa Tam Bộ Ăn Liền

làm cho: 3

THÀNH PHẦN:

- 1 củ hành tây, bào mịn
- 1 chén cơm dừa
- 1 cốc nước cốt dừa
- Lá húng quế
- muối để hương vị
- 1 muỗng cà phê Đường cát
- 2 muỗng canh nước cốt dừa

HƯỚNG DẪN:

a) Cho hành đã nạo vào nồi cơm dừa
b) Thêm chút muối và đổ nước cốt dừa vào
c) Đậy nắp nồi tức thì và đặt nó ở cài đặt niêm phong
d) Đun sôi cơm dừa ở áp suất cao trong 5 phút
e) Mở nồi liền, sau đó thêm kem dừa, đảm bảo rằng bạn trộn đều
f) Thêm lá húng quế

82. Gỏi Som Tam

làm cho: 3

THÀNH PHẦN:

- 3 chén đu đủ chưa chín, thái lát
- 1 củ cà rốt thái lát mỏng
- ½ chén anh đào đỏ
- 2 quả ớt vàng, thái lát
- 2 quả ớt xanh, thái lát
- 2 muỗng canh dầu đậu phộng

CHO ĐỈNH CAO

- 1 muỗng canh giấm gạo
- 2 tép tỏi, nghiền nát
- 1 củ hẹ, nạo
- 2 muỗng canh nước tương
- 2 muỗng canh xi-rô phong

HƯỚNG DẪN:

a) Đặt nồi liền của bạn ở chế độ áp chảo

b) Đổ dầu đậu phộng vào và để nóng trong 1 phút
c) Thêm đu đủ, cà rốt, ớt vàng và tiêu xanh
d) Thêm anh đào đỏ
e) Chuyển sang đĩa phục vụ
f) Vẫn đun cho chắc, đổ nước tương, tỏi và hành vào
g) Thêm xi-rô cây thích
h) Thêm giấm gạo
i) Có thể thêm chút muối hoặc tiêu cho đậm đà
j) Cho đu đủ xào ra đĩa

83. Salad Quinoa kiểu Thái

làm cho: 3

THÀNH PHẦN:

- 2 chén quinoa hoặc kê chưa nấu chín
- 2 củ hành vàng, thái lát
- 2 cốc nước
- Lá rau mùi
- 2 muỗng canh nước cốt chanh
- 3 muỗng canh đậu xanh
- ⅓ dưa chuột, thái hạt lựu
- ¼ bắp cải tím
- 2 muỗng canh đậu phộng, để trang trí
- muối để hương vị
- 1 củ cà rốt, bào mịn

HƯỚNG DẪN:

a) Đổ nước vào nồi tức thì của bạn và thêm kê vào đó

b) Thêm một ít muối và nước cốt chanh, và đậy nắp nồi ngay lập tức
c) Đặt nồi tức thì của bạn ở cài đặt niêm phong
d) Nấu quinoa trong 7 phút tiếp theo
e) Mở nồi tức thì của bạn và loại bỏ hạt kê
f) Cho vào chảo để ráo nước
g) Bắc nồi xào lên, cho dầu dừa vào
h) Nghèo kê vào dầu, và khuấy
i) Thêm bắp cải, cà rốt, dưa chuột và hành tây vàng, vẫn khuấy salad
j) Thêm đậu xanh.
k) Khi ăn trang trí thêm đậu phộng

84. Salad mì ăn liền với bơ đậu phộng

Làm cho: 2-3

THÀNH PHẦN:

- 1 gói bún
- 2 củ cà rốt, nước thái hạt lựu
- 3 cốc nước
- 2 quả ớt chuông đỏ, thái lát
- 1 quả ớt xanh, bỏ hạt và thái hạt lựu
- 2 quả ớt đỏ, thái lát
- 1 củ hành tây, thái lát
- ¼ bắp cải, thái lát mỏng
- Muối và hạt tiêu cho vừa ăn
- 1 muỗng canh đậu nướng

CHO TRANG PHỤC:

- ½ chén bơ đậu phộng
- ½ cốc nước cốt dừa
- 2 muỗng cà phê đường nâu

- 1 thìa mật ong
- 1 muỗng canh nước tương
- 2 tép tỏi, bóc vỏ và nghiền nát
- Chút muối

HƯỚNG DẪN:

a) Đặt mì gạo và nước vào nồi ăn liền của bạn

b) Thêm cà rốt, ớt đỏ, ớt xanh, ớt đỏ và hành tây

c) Thêm bắp cải, muối và hạt tiêu

d) Che nồi ngay lập tức của bạn

e) Đặt nó thành cài đặt niêm phong

f) Nấu trong 10 phút ở áp suất cao

g) Mở nồi liền và lọc bỏ nước thừa

h) Chia hủ tiếu ra đĩa

i) Đặt một số đậu nướng bên cạnh nó

j) Đối với nước xốt, cho bơ đậu phộng, dầu dừa và đường nâu vào chân giò ở chế độ xào

k) Thêm mật ong, nước tương, tỏi và muối

l) Cho phép nấu trong khoảng 5 phút

m) Đổ nó lên trên mì gạo trên đĩa phục vụ

85. Salad xoài Quinoa với khoai tây nghiền

làm cho: 3

THÀNH PHẦN:

- 1 chén quinoa (kê)
- 1 chén củ cải
- 2 muỗng canh dầu ô liu
- 2 thìa cà phê muối
- 1 muỗng cà phê tiêu đen
- Vài lá cải xoăn
- ½ chén hạt điều
- 5 quả xoài, thái lát
- 2 Khoai lang, thái hạt lựu
- 1 thìa nước cốt chanh
- 3 tép tỏi, đập dập
- ¼ quả bơ thái hạt lựu

HƯỚNG DẪN:

a) Đặt nồi liền của bạn ở chế độ xào
b) Đổ dầu ô liu và tỏi
c) Khuấy khoảng 2 phút
d) Thêm quinoa và tiếp tục khuấy trong 5 phút
e) Thêm cải xoăn và củ cải, xào thêm 3 phút nữa
f) Lấy cái này ra khỏi nồi ăn liền và đặt chúng vào đĩa phục vụ
g) Đặt nước vào nồi ngay lập tức
h) Thêm khoai tây, muối, nước cốt chanh và hạt tiêu đen
i) Đậy nắp nồi tức thời của bạn và luộc khoai tây trong 5 phút
j) Nghiền khoai tây và thêm bơ và xoài
k) Ăn kèm với cải xoăn xào
l) Hãy chắc chắn sáng tạo với phương pháp phục vụ của bạn

86. Pudding nếp xoài ăn liền

Làm cho: 4

THÀNH PHẦN:

- 2 chén gạo lứt
- 2 cốc sữa hạnh nhân
- 2 muỗng canh quế
- 1 thìa thì là
- 1 ly nước
- 3 muỗng canh đường nâu
- 1 chén dừa vụn
- 2 quả xoài, tạm dừng

HƯỚNG DẪN:

a) Đổ một ít sữa hạnh nhân và gạo lứt vào nồi ăn nhanh của bạn
b) Thêm đường nâu
c) Thêm nước, quế và thì là
d) Che nồi ngay lập tức của bạn

e) Đặt nó thành cài đặt niêm phong
f) Nấu gạo lứt ở áp suất cao trong mười lăm phút
g) Mở nồi tức thì của bạn
h) Tại thời điểm này, gạo lứt sẽ dẻo và mềm
i) Đặt gạo lứt vào bát tráng miệng, đặt ½ quả xoài trên mỗi bát
j) Rắc dừa bào sợi lên trên

87. Padan dừa Thái ăn liền

Làm cho: 4

THÀNH PHẦN:

- 2 chén nước cốt dừa
- 2 quả trứng
- 3 muỗng canh chiết xuất padan
- 1 muỗng canh chiết xuất vani
- 2 muỗng canh đường nâu
- ½ chén hạt điều

HƯỚNG DẪN:

a) Cho nước cốt dừa, trứng, chiết xuất padan, chiết xuất vani và đường nâu vào máy xay thực phẩm

b) Trộn tất cả các nguyên liệu lại với nhau cho đến khi thu được hỗn hợp sánh mịn

c) Đổ hỗn hợp đã trộn vào nồi tức thì của bạn

d) Đặt nồi liền ở chế độ hấp

e) Nấu ở áp suất cao trong 7 phút

f) Mở nồi tức thì của bạn

g) Để đảm bảo mãng cầu chín đều, dùng dao chọc vào giữa mãng cầu rồi lấy ra

h) Con dao sẽ đi ra sạch sẽ

i) Đặt trong tủ lạnh trong hai mươi phút để làm mát

j) Phục vụ trong một bát tráng miệng

k) Trang trí với hạt điều

88. Pudding gạo thuần chay Thái ăn liền

Làm cho: 4

THÀNH PHẦN:

- 2 chén gạo lài khô
- 1 cốc nước cốt dừa
- 1 chén nho khô vàng
- 1 muỗng canh chiết xuất dừa
- Củ gừng 2cm, nạo
- 2 muỗng cà phê bột quế
- 2 muỗng canh xi-rô phong
- 2 muỗng cà phê bột nghệ
- 2 muỗng canh chiết xuất vani
- 1 chùm nho

HƯỚNG DẪN:

a) Đặt nồi tức thì của bạn để xào
b) Thêm xi-rô phong và nước cốt dừa
c) Cho gạo lài vào nước cốt dừa
d) Thêm chiết xuất quế, gừng nghệ và vani

e) Thêm chiết xuất dừa và vani
f) Thay đổi cài đặt nồi tức thì thành cài đặt niêm phong
g) Che nồi ngay lập tức của bạn
h) Nấu ở áp suất cao không quá 2 phút
i) Mở nồi tức thì của bạn
j) Chuyển cơm vào bát tráng miệng
k) Top với nho khô vàng và nho
l) Đặt trong tủ lạnh để làm mát

89. Sữa bột khoai môn tươi ăn liền

Làm cho: 4

THÀNH PHẦN:

- 1 củ khoai môn cắt miếng nhỏ, ngâm 10 phút
- 2 muỗng canh đường cát
- 1 cốc nước cốt dừa
- Lá dứa
- 1 cốc sữa
- 2 muỗng canh hạt vừng
- 2 muỗng canh đậu phộng giã nhỏ
- 1 chén trân châu bột sắn, ngâm nước lạnh

HƯỚNG DẪN:

a) Đặt nồi liền của bạn ở chế độ xào
b) Đổ sữa vào
c) Thêm viên bột sắn và trân châu bột sắn
d) Thêm đường hạt
e) Thêm lá padan

f) Thêm hạt vừng và nước nóng
g) Đậy nắp liền
h) Đặt nồi tức thì về cài đặt niêm phong
i) Nấu trong 5 phút ở áp suất cao
j) Mở nồi ngay lập tức
k) Thêm đậu phộng nghiền và đặt vào bát tráng miệng
l) Làm mát trong tủ lạnh

90. Kem Blue Berry ăn liền

Làm cho: 4

THÀNH PHẦN:

- Một cốc quả mọng màu xanh
- 3-4 quả dâu tây, thái lát
- 3 muỗng canh pho mát kem béo
- 1 muỗng canh bánh pudding vani
- 1 quả chuối, trộn thành một hỗn hợp mịn
- 2 muỗng canh bột ca cao
- 1 muỗng canh đường cát
- Bánh quy giòn graham để trang trí

HƯỚNG DẪN:

a) Đặt pho mát kem, bánh pudding vani, chuối, bột ca cao và đường cát

b) Trộn đều các nguyên liệu này

c) Đậy nắp liền

d) Đặt nó ở chế độ hấp

e) Xông hơi trong mười phút
f) Mở nồi ngay lập tức
g) Phục vụ kem hấp vào bát sa mạc
h) Trang trí mỗi bát với quả mọng xanh, dâu tây và bánh quy giòn

91. Bánh Cuốn Hấp

Làm cho: 4

THÀNH PHẦN:

- 2 quả trứng
- ½ chén đường nâu
- 1 muỗng canh sữa bột
- 3 muỗng canh bột padan
- 2 cốc bột
- 2 cốc, sprite
- ½ muỗng cà phê bột nở
- 2 muỗng cà phê dầu dừa
- ½ muỗng cà phê chiết xuất vani

HƯỚNG DẪN:

a) Cho đường và dầu dừa vào tô trộn và đánh bông đường cho đến khi mịn

b) Thêm bột nở vào bột trong một bát khác

c) Thêm chiết xuất sprite và vani vào trứng

d) Thêm bột padan vào trứng

e) Cho bột mì vào hỗn hợp trứng
f) Chuẩn bị một hộp đựng bằng thép không gỉ hoặc thủy tinh 7 inch và lót bằng giấy da
g) Đặt một trivet vào nồi liền
h) Đổ bột vào và đặt hộp đựng lên giá ba chân
i) Đổ khoảng 2 cốc nước vào nồi liền
j) Đậy nắp liền
k) Đặt nó ở chế độ hấp
l) Hấp bánh trong 15 phút
m) Mở nồi ngay lập tức
n) Đặt một con dao vào giữa bánh, để đảm bảo rằng nó được nấu chín đúng cách
o) Để bánh nguội
p) Phục vụ bánh trong bát tráng miệng

92. Bánh bông lan Matcha hấp

Làm cho: 4

THÀNH PHẦN:

- 3 quả trứng
- 1 chén đường cát
- 3 muỗng canh dầu đậu phộng
- 2 cốc bột
- 2 muỗng cà phê bột nở
- 4 muỗng canh bột padan
- 1 cốc soda dừa
- 2 muỗng cà phê chiết xuất vani
- 2 muỗng canh bột padan

HƯỚNG DẪN:

a) Đập trứng, dầu đậu phộng, đường caster và bột matcha vào một bát trộn

b) Với máy trộn bánh, đánh trứng liên tục trong 20 phút

c) Cho bột nở vào bột mì và trộn đều

d) Thêm chiết xuất vani vào hỗn hợp trứng

e) Cho bột vào hỗn hợp trứng và trộn đều vào trứng và đảm bảo hỗn hợp được trộn đều

f) Thêm bột dừa và trộn đều

g) Chuẩn bị một hộp đựng bằng thép không gỉ hoặc thủy tinh 7 inch và lót bằng giấy da

h) Đặt một trivet vào nồi liền

i) Đổ bột vào và đặt hộp đựng lên giá ba chân

j) Đổ khoảng 2 cốc nước vào nồi liền

k) Đậy nắp liền

l) Đặt nó ở chế độ hấp

m) Hấp bánh trong 15 phút

n) Mở nồi ngay lập tức

o) Đặt một con dao vào giữa bánh, để đảm bảo rằng nó được nấu chín đúng cách

p) Để bánh nguội

q) Phục vụ bánh trong bát tráng miệng

NƯỚC SÚC, CHẤM VÀ MẮM

93. Cà ri dán đỏ

Làm cho: 1½ cốc

THÀNH PHẦN:

- 10 quả ớt đỏ, bỏ hạt và thái lát
- 115g/4oz hành tím hoặc hẹ tây, thái lát
- 4 tép tỏi, thái lát
- 3 nhánh cỏ chanh, chỉ lấy phần thân dưới, thái lát và đập giập
- 1 cm/½ miếng riềng, gọt vỏ và thái lát
- 4 nhánh rau mùi/ngò, chỉ lấy cọng và rễ
- 1–2 muỗng canh dầu hướng dương
- 1 muỗng cà phê vôi kaffir nạo
- 1 muỗng canh hạt rau mùi
- 2 muỗng cà phê hạt thì là
- 8–10 hạt tiêu đen
- 1 muỗng cà phê muối

HƯỚNG DẪN:

a) Xay ớt, hành hoặc hẹ tây, tỏi, sả, riềng và rau mùi/rau mùi thành hỗn hợp nhuyễn với dầu trong máy xay thực phẩm.

b) Thêm vôi kaffir.

c) Làm khô hạt trong vài phút, sau đó nghiền thành bột với hạt tiêu bằng chày và cối.

d) Thêm vào dán với muối. Trộn đều.

e) Thìa cho vào lọ thủy tinh, đậy bằng màng bọc thực phẩm/bọc nhựa và đậy nắp kín rồi để trong tủ lạnh.

94. bột tiêu xanh

Làm cho: 1⅓ cốc

THÀNH PHẦN:

- 10 quả ớt xanh, bỏ hạt và thái lát
- 115g/4oz hành trắng hoặc hẹ, thái lát
- 4 tép tỏi, thái lát
- 3 nhánh cỏ chanh, chỉ lấy phần thân dưới, thái lát và đập giập
- 1 cm/½ miếng riềng, gọt vỏ và thái lát
- 4 thân, lá, thân và rễ rau mùi/ngò
- 4 lá chanh, thái lát
- 1–2 muỗng canh dầu hướng dương
- 1 muỗng cà phê vôi kaffir nạo
- 1 muỗng canh hạt rau mùi
- 2 muỗng cà phê hạt thì là
- 8–10 hạt tiêu đen
- 1 muỗng cà phê muối

HƯỚNG DẪN:

a) Xay ớt, hành hoặc hẹ tây, tỏi, sả, riềng, rau mùi/ngò và lá chanh thành hỗn hợp nhuyễn với dầu trong máy xay thực phẩm. Thêm vôi kaffir.

b) Làm khô hạt trong vài phút, sau đó nghiền thành bột với hạt tiêu bằng chày và cối.

c) Thêm vào hỗn hợp gia vị với muối. Lưu trữ như đối với bột cà ri đỏ.

95. Bột cà ri Hưng Lay

Làm cho: 1 cốc

THÀNH PHẦN:

- 10 quả ớt đỏ khô, xé thành miếng
- 25–30g/1oz riềng, gọt vỏ và thái lát mỏng
- 2 nhánh cỏ chanh, tỉa và thái lát, thân cây bị bầm tím
- 3 tép tỏi
- 3 củ hẹ lớn, giảm một nửa

HƯỚNG DẪN:

a) Cho tất cả các nguyên liệu vào máy xay thực phẩm và chế biến cho đến khi hỗn hợp được trộn đều.

b) Chuyển sang lọ thủy tinh có nắp vặn có màng bọc thực phẩm/bọc nhựa giữa lọ và nắp. Làm lạnh trong tối đa 2 tháng.

96. Salsa Thái bốc lửa

Thực hiện: 4 phần ăn

THÀNH PHẦN:

- 3 chén dưa chuột, bỏ hạt và gọt vỏ
- 1 chén hành lá, xắt nhỏ
- ¾ chén củ cải, xắt nhỏ
- ¼ chén bạc hà tươi, xắt nhỏ
- 3 muỗng canh gừng tươi, băm nhỏ và gọt vỏ
- 3 muỗng canh nước cốt chanh tươi
- 2 muỗng canh đường
- 1 muỗng canh tỏi băm
- 1 muỗng cà phê tỏi băm
- 1½ muỗng cà phê dầu mè ớt

HƯỚNG DẪN:

a) Kết hợp tất cả các thành phần trong tô lớn. Mùa muối.
b) Đậy nắp và làm lạnh cho đến khi ngon ngọt, khoảng 1 giờ.
c) Khuấy trước khi dùng lạnh.

97. Nước chấm cơ bản

Làm cho: 2 cốc

THÀNH PHẦN:

- 450g/1lb/2 chén đường
- 2 muỗng canh giấm rượu hoặc giấm gạo
- 1½ muỗng canh muối

HƯỚNG DẪN:

a) Đun đường với 500ml/17fl oz/2 cốc nước trong nồi, khuấy cho đến khi đường tan. Để sôi trong 4–5 phút để trở thành xi-rô. Tắt bếp và thêm giấm và muối.

b) Bật lửa trở lại và đun sôi trong 2 phút, sau đó bắc ra khỏi bếp và để nguội. Chia theo gợi ý bên dưới.

c) Đổ ½ lượng xi-rô đường đã chuẩn bị vào một cái chảo riêng và dùng nước này để làm nước chấm ớt ngọt (xem bên phải).

d) Chia phần xi-rô còn lại vào 2 chảo và sử dụng chúng để làm nước chấm mận bảo quản và nước chấm đậu nành đen.

e) Thêm từng hương vị, sau đó đun sôi trở lại, vặn nhỏ lửa và đun thêm 1 phút nữa.

f) Để nguội và chuyển vào lọ thủy tinh. Nếu xi-rô quá đặc, thêm một ít nước sôi và khuấy đều. Đậy từng lọ bằng màng bọc thực phẩm/bọc nhựa, sau đó đậy kín bằng nắp.

98. Sốt sa tế

Làm cho: 2 cốc

THÀNH PHẦN:

- 2 muỗng cà phê bột me
- Nước cốt dừa lon 14 ounce
- 1–2 muỗng cà phê bột cà ri
- 2 muỗng canh đường nâu đậm
- 2 muỗng cà phê nước mắm
- ¾ chén đậu phộng rang, xay thô hoặc bơ đậu phộng giòn

HƯỚNG DẪN:

a) Ngâm cùi me trong 2 muỗng canh nước ấm trong 10 phút, sau đó lọc lấy nước.

b) Trong khi đó, đổ 1/3 nước cốt dừa vào chảo hoặc xoong và đun nóng cho đến khi sủi bọt.

c) Thêm bột cà ri và nấu nhẹ nhàng trong 2–3 phút, khuấy đều để mang lại hương vị trọn vẹn.

d) Cho đường, nước cốt dừa còn lại, me đã lọc và nước mắm vào cho vừa ăn. Để hỗn hợp nổi bong bóng hơi đặc lại, sau đó thêm đậu phộng hoặc bơ đậu phộng.
e) Tiếp tục nấu, khuấy, trong vài phút cho đến khi nước sốt có độ sệt như kem. Nếm và điều chỉnh gia vị bằng cách thêm nước mắm nếu cần thiết.

99. gia vị Thái Lan

Làm cho: ½ cốc

THÀNH PHẦN:

- 1–2 quả ớt đỏ, bỏ hạt và thái nhỏ
- Dưa chuột miếng 2,5 cm/1 inch, cắt đôi, bỏ hạt và thái nhỏ
- 1 nhánh rau mùi/ngò
- 1 củ hẹ hoặc ½ củ hành tím nhỏ, thái nhỏ
- 3 muỗng canh nước chấm cơ bản hoặc nước chấm ớt ngọt

HƯỚNG DẪN:

a) Cho ớt, dưa chuột, cọng rau mùi/ngò cắt nhỏ, hành tím hoặc hành tím và nước chấm vào bát ăn.

b) Dùng một ít ớt và lá ngò rí thái nhỏ để trang trí.

100. Sốt BBQ kiểu Thái

Làm cho: 1 phần ăn

THÀNH PHẦN:

- 3 muỗng canh nước tương
- 3 muỗng canh nước cốt chanh
- 2 muỗng cà phê Đường
- 1 muỗng cà phê Gừng tươi, băm nhỏ
- 3 ớt Thái hoặc serrano, băm nhỏ
- 2 muỗng canh Hành lá, băm nhỏ
- 1 muỗng canh rau mùi, xắt nhỏ

HƯỚNG DẪN:

a) Cho tất cả nguyên liệu vào máy xay sinh tố hoặc máy chế biến thực phẩm có lưỡi kim loại.

b) Trộn các thành phần với nhau để trộn đều.

c) Ướp thực phẩm bạn chọn trong ít nhất một giờ.

PHẦN KẾT LUẬN

Ăn chay và ăn chay đang trở nên phổ biến hơn ở Thái Lan, và những món ăn này cho thấy ẩm thực thuần chay Thái Lan ngon như thế nào. Nhiều công thức nấu ăn cũng không chứa gluten nên không loại nào bị bỏ sót. Những công thức nấu ăn này mang đậm hương vị Thái Lan và cũng rất cân bằng về mặt dinh dưỡng.

Sau khi đọc cuốn sách này, bạn sẽ khám phá ra rằng việc chuẩn bị các món chay yêu thích của Thái Lan tại nhà thật dễ dàng. Trong cuốn sách này, các thành phần khác nhau được sử dụng trong các công thức nấu ăn chay của người Thái cũng được thảo luận. Có 70 công thức nấu ăn trong cuốn sách dạy nấu ăn này, bao gồm bữa sáng, bữa trưa, bữa tối, món tráng miệng và một số đồ uống. Những công thức nấu ăn này rất đơn giản để chuẩn bị tại nhà và không cần bất kỳ sự giám sát nào.

Vì vậy, hãy nấu ăn ngay hôm nay và thưởng thức ẩm thực chay Thái Lan ngon lành của bạn.